# கோடுகள் இல்லாத வரைபடம்

**எஸ்.ராமகிருஷ்ணன்**

தேசாந்திரி பதிப்பகம்

தேசாந்திரி பதிப்பக வெளியீடு: 11

**கோடுகள் இல்லாத வரைபடம்** - கட்டுரைகள்
எஸ்.ராமகிருஷ்ணன்

நான்காம் பதிப்பு: மே 2024

தேசாந்திரி பதிப்பகம்,
டி-1, கங்கை அப்பார்ட்மெண்ட்,
110, 80 அடி ரோடு, சத்யா கார்டன்,
சாலிக்கிராமம், சென்னை 600 093,
தொலைபேசி: 044 23644947.
விலை: ரூ.100

**Kodugal Illatha Varaipadam** - Essays
S.Ramakrishnan ©

Fourth Edition: May 2024, Pages: 88
Size: Demy 1x8, Paper: 18.6 kg maplitho

Published by :
**Desanthiri Pathippagam**
D-1, Gangai Apartments,
110, 80-Feet Road, Satya Garden, Saligramam,
Chennai - 600 093, Ph: 044 2364 4947
Email : desanthiripathippagam@gmail.com
www.desanthiri.com

ISBN: 978-93-87484-08-5
Wrapper Design: Hariprasad R
Layout: Subash Chandra Bose
Conception: Karthick Pugazhendhi
Printed by: Ramani Print Solution, Chennai.

Price: Rs.100

# எஸ்.ராமகிருஷ்ணன்

**எஸ்.ராமகிருஷ்ணன்,** விருதுநகர் மாவட்டம் மல்லாங்கிணறு கிராமத்தில் 1966ல் பிறந்தார். முழுநேர எழுத்தாளரான இவர் தற்போது சென்னையில் வசிக்கிறார்.

**சிறுகதைத் தொகுப்புகள்:** எஸ்.ராமகிருஷ்ணன் கதைகள், நடந்து செல்லும் நீரூற்று, பதினெட்டாம் நூற்றாண்டின் மழை, அப்போதும் கடல் பார்த்துக் கொண்டிருந்தது, நகுலன் வீட்டில் யாருமில்லை. புத்தனாவது சுலபம், வெளியில் ஒருவன், காட்டின் உருவம், தாவரங்களின் உரையாடல், வெயிலைக் கொண்டு வாருங்கள், பால்ய நதி, மழைமான், குதிரைகள் பேச மறுக்கின்றன, காந்தியோடு பேசுவேன், நீரிலும் நடக்கலாம், என்ன சொல்கிறாய் சுடரே, சைக்கிள் கமலத்தின் தங்கை, தனிமையின் வீட்டுக்கு நூறு ஜன்னல்கள்.

**நாவல்:** உப பாண்டவம், நெடுங்குருதி, உறுபசி, யாமம், துயில், நிமித்தம், சஞ்சாரம், இடக்கை, பதின்.

**கட்டுரைத் தொகுப்புகள்:** விழித்திருப்பவனின் இரவு, இலைகளை வியக்கும் மரம், என்றார் போர்ஹே, கதாவிலாசம், தேசாந்திரி, கேள்விக்குறி, துணையெழுத்து, ஆதலினால், வாக்கியங்களின் சாலை, சித்திரங்களின் விசித்திரங்கள், நம் காலத்து நாவல்கள், காற்றில் யாரோ நடக்கிறார்கள், கோடுகள் இல்லாத வரைபடம், மலைகள் சப்தமிடுவதில்லை, வாசகபர்வம், சிறிது வெளிச்சம், காண் என்றது இயற்கை, செகாவின் மீது பனி பெய்கிறது, குறத்தி முடுக்கின் கனவுகள், என்றும் சுஜாதா, கலிலியோ மண்டியிடவில்லை, சாப்ளினுடன் பேசுங்கள், கூழாங்கற்கள் பாடுகின்றன, எனதருமை டால்ஸ்டாய், ரயிலேறிய கிராமம், பிகாசோவின் கோடுகள், இலக்கற்ற பயணி, செகாவ் வாழ்கிறார், ஆயிரம் வண்ணங்கள், இந்திய வானம், நிலம் கேட்டது கடல் சொன்னது, வீடில்லாத புத்தகங்கள், நிலவழி, உலகை வாசிப்போம், எழுத்தே வாழ்க்கை, நாவல் எனும் சிம்பொனி.

**திரைப்பட நூல்கள்:** பதேர் பாஞ்சாலி-நிதர்சனத்தின் பதிவுகள், அயல் சினிமா, உலக சினிமா, பேசத் தெரிந்த நிழல்கள், இருள் இனிது ஒளி இனிது, பறவைக் கோணம், சாமுராய்கள் காத்திருக்கிறார்கள், குற்றத்தின் கண்கள்.

**குழந்தைகள் நூல்கள்:** கால் முளைத்த கதைகள், ஏழு தலைநகரம், கிறுகிறு வானம், லாலிபாலே, நீளநாக்கு, தலையில்லாத பையன், எனக்கு ஏன் கனவு வருது, காசு கள்ளன், பம்பழாபம், சிரிக்கும் வகுப்பறை, அக்கடா, பூனையின் மனைவி, இறக்கை விரிக்கும் மரம், உலகின் மிகச்சிறிய தவளை, எலியின் பாஸ்வேர்ட்.

**உலக இலக்கியப் பேருரைகள்:** ஆயிரத்தொரு அரேபிய இரவுகள், ஹோமரின் இலியட், ஷேக்ஸ்பியரின் மெக்பத், ஹெமிங்வேயின் கடலும் கிழவனும், தஸ்தாயெவ்ஸ்கியின் குற்றமும் தண்டனையும், லியோ டால்ஸ்டாயின் அன்னா கரீனினா, பாஷோவின் ஜென் கவிதைகள்.

**வரலாறு:** எனது இந்தியா, மறைக்கப்பட்ட இந்தியா.

**நாடகத் தொகுப்பு:** அரவான், சிந்துபாத்தின் மனைவி, சூரியனைச் சுற்றும் பூமி.

**நேர்காணல் தொகுப்பு:** எப்போதுமிருக்கும் கதை, பேசிக்கடந்த தூரம்.

**மொழிப்பெயர்ப்புகள்:** நம்பிக்கையின் பரிமாணங்கள், ஆலீஸின் அற்புத உலகம், பயணப்படாத பாதைகள்.

**தொகை நூல்கள்:** அதே இரவு, அதே வரிகள் (அட்சரம் இதழ்களின் தொகுப்பு), வானெங்கும் பறவைகள், 100 சிறந்த சிறுகதைகள்.

**பிறமொழி நூல்கள்:** Nothing but water, Whirling Swirling sky.

**இணையதளம்:** www.sramakrishnan.com

**மின்னஞ்சல்:** writerramki@gmail.com

# முன்னுரை

**எ**னக்கு விருப்பமான உலக இலக்கிய ஆளுமைகளை அடையாளம் காட்டும் முயற்சியே இந்தக் கட்டுரைகள். இவை வெவ்வேறு காலகட்டங்களில் எழுதப்பட்டவை. இக்கட்டுரைகள் தீராநதி இலக்கிய இதழிலும், எனது இணையதளத்திலும் வெளியானவை.

எழுத்தின் நுட்பங்களை அறிந்துகொள்ள எழுத்தாளனையும், அவனது புற அகச் சூழல்களையும், அது உருவாக்கும் பாதிப்புகளையும் அறிந்து கொள்வது அவசியம்.

எழுத்தாளர்களின் அன்றாட வாழ்வில் எத்தனையோ ருசிகரமான சம்பவங்கள், நினைவுகள் புதையுண்டிருக்கின்றன. இந்தக் கட்டுரைகளில் உலகப் புகழ்பெற்ற எழுத்தாளர்களின் வாழ்க்கை அனுபவங்களும், எழுத்தின் நுட்பமும் இணைந்தே பதிவு செய்யப்பட்டிருக்கின்றன.

இந்தப் புத்தகத்தை வெளியிடும் தேசாந்திரி பதிப்பகத்திற்கும், என்னையும் என் எழுத்தையும் அரவணைத்துச் செல்லும் மனைவி சந்திர பிரபா, பிள்ளைகள் ஹரி மற்றும் ஆகாஷ் இருவருக்கும் அன்பும் நன்றியும்.

அட்டை வடிவமைத்த ஹரிபிரசாத்திற்கும், நூலாக்கம் செய்த கார்த்திக் புகழேந்தி இருவருக்கும் அன்பும் நன்றியும்...

மிக்க அன்புடன்,
**எஸ்.ராமகிருஷ்ணன்.**

சென்னை, நவம்பர் 2.2017

# உள்ளடக்கம்

1. மார்க்கோ போலோவின் நெடும்பயணம் - 11
2. இபின் பாதுதாவின் இந்தியா - 17
3. அல்பெர்க்யூ வாசனையின் சரித்திரம் - 24
4. வாஸ்கோடகாமாவின் கப்பல் - 30
5. அல்பெரூனி சரித்திரத்தின் சாட்சி - 38
6. ராபர்ட் பியரியின் துருவ சாகசம் - 44
7. பௌத்த ஞானத்தைத் தேடி : யுவான்சுவாங் - 50
8. டென்சிங் எவரெஸ்டின் தனிமை - 57
9. நடையால் வென்ற உலகம் - 63
10. லூடேவிக் ஹப்ளர் சாலை திறந்து கிடக்கிறது - 73
11. கப்பல் ஏறிய ஒட்டகச்சிவிங்கி - 82

# 1. மார்க்கோ போலோவின் நெடும்பயணம்

சரித்திரத்தைக் கற்றுக்கொள்ள விரும்பும்போது, அது நமக்கு அலுப்பூட்டுவதற்கு முக்கியக் காரணம் வருடங்களும், தேதிகளும் மன்னர்களின் வம்சாவழிகளைப் பற்றிய விபரங்களும் தான்.

சரித்திரம் ஒரு தேசத்தின் நிலப்பரப்பை அங்கு வாழும் மக்களின் வாழ்க்கை முறைகளை, நம்பிக்கைகளை மற்றும் அதன் தனித்துவங்களை விவரிக்கத் துவங்கும்போது நாம் மிக நெருக்கம் கொள்வதோடு ஒரு தேசத்தை முழுமையாக அறிந்து கொள்ளத் துவங்குகிறோம். இலக்கியம் இந்தப் பணியை ஆயிரம் வருடங்களாகத் தொடர்ந்து செய்து வருகிறது. ஆனால், இலக்கியத்தைக் கற்பனை என்று சொல்லி நாம் உண்மைக்குச் சற்று தள்ளியே நிறுத்தி வைத்துவிடுகிறோம்.

சீனாவில் சில நூறு வருடங்களுக்கு முன்பு ஓர் அரசனிருந்தான். அவன் தனது காலத்திலிருந்து தான் சரித்திரம் துவங்கப்பட வேண்டும் என்று ஆசைப்பட்டு அதற்குத் தடையாக உள்ள கடந்த காலத்தின் சாட்சிகள் யாவையும் அழித்து ஒழிக்கும்படியாக ஆணையிட்டான். இதன் காரணமாகப் பழைய அரண்மனைகள் மற்றும் நூலகங்கள் யாவையும் தீக்கிரையாக்கினான். அரண்மனையில் இருந்த தினசரி பதிவேடுகள் அத்தனையும் அழித்துவிட்டு தனது காலத்தில் இருந்து தான் சீன மன்னராட்சி துவங்குகிறது என்று அறிவித்துக் கொண்டு, மக்கள்

யாவரும் இதைப் பின்பற்ற வேண்டும் என்று அறிவித்தான். அவனது சபைக்கு வந்த ஒரு பயணி இது முட்டாள்தனமான ஏற்பாடு என்று சொன்னதோடு, சரித்திரம் மக்களின் மனதில் பதிந்து போயிருக்கிறது அதை எவராலும் மாற்றவே முடியாது என்ற உண்மையை எடுத்துச் சொன்னான். அரசன் ஆத்திரமாகி கடந்த காலத்தை நினைவு வைத்திருப்பவர்கள் யாவரையும் கொல்வதற்கு உத்தரவு பிறப்பித்தான். அந்த மன்னரின் ஆட்சி காலம் மூன்று ஆண்டுகள் மட்டுமே இருந்தது, பிறகு சரித்திரம் அவன் பெயரை தன் பதிவேடுகளில் இருந்து அழித்துவிட்டது.

சரித்திரம் எப்போதுமே மௌனமாக இருப்பதில்லை. அது உண்மைகளைச் சுமந்துகொண்டு மானுட உலகை வழிநடத்திக் கொண்டிருக்கிறது. இந்த உண்மைகளை அது நேரடியாகவும் மறைமுகமாகவும் எடுத்துச் சொல்லியபடியே உள்ளது. காலத்தில் புதைக்கப்பட்டு விட்டதாக அதிகாரம் நினைத்துக் கொண்டிருந்த எத்தனையோ சம்பவங்கள் பல வருடங்களுக்குப் பிறகு வெளிப்பட்டு விட்டிருக்கின்றன. அதற்கு ஒரு நேரடி சாட்சி உலக யுத்தத்தின் போது ஹிட்லரின் யூதப்படுகொலைகள்.

சரித்திரத்திற்குச் சாட்சிகளாக இருந்தவர்கள் யாத்ரீகர்கள். அதுவும் ஒரு தேசம் விட்டு இன்னொரு தேசத்திற்குக் கால்நடையாகவோ, கப்பலிலோ பயணம் செய்து கடல் வழியைக் கண்டறிந்தும், நாடுகளைக் கண்டு பிடிக்கவும் அவர்கள் செய்த சாகசங்கள் இன்று வரை நேரடியான சரித்திரச் சான்றுகளாக உள்ளன.

இந்தியாவிற்கு வருகை தந்த யுவான்சுவாங்கும், பாஹியானும் இந்தியாவைப் பற்றிய பல ஆயிரம் பக்க குறிப்புகளை எழுதியுள்ளனர். இந்தக் குறிப்புகளில் காணப்படும் இந்தியா பெரிதும்

மிகைப்படுத்தப் பட்டதாக உள்ளது. ஆனால், இந்தச் சித்தரிப்புகளின் ஊடாக அன்றைய சமூக, கலாச்சாரச் சூழ்நிலைகள் தெளிவாக வெளிப்பட்டுள்ளதையும் நாம் மறுக்க முடியாது.

எனக்கு விருப்பமான புத்தகங்களின் வரிசையில் எப்போதுமே சரித்திர புத்தகங்களுக்கு ஒரு தனியிடம் உண்டு. அதிலும் யாத்ரீகர்களின் சாகசப் பயணங்கள் குறித்த புத்தகங்கள் எப்போதுமே என் விருப்பத்திற்குரியதாக இருந்து வந்திருக்கின்றன. அந்த வகையில் எனக்கு மிகவும் விருப்பமாக அமைந்த புத்தகம் 'The Travels of Marco Polo'. இந்தப் புத்தகம் மார்க்கோ போலோவின் வாழ்க்கையையும், அவர் சீனாவில் மேற்கொண்ட பயணத்தையும் துல்லியமாக விவரிக்கிறது.

மார்க்கோ போலோ தனது வாழ்நாளில் பாதியைப் பயணத்தில் கழித்தவர். வெனிஸ் நகரத்தில் பிரபல வணிகக் குடும்பத்தில் பிறந்த இவர் சிறுவயதிலே பயணத்தில் நாட்டம் கொள்ளத் துவங்கிவிட்டார். அதற்கு முக்கியக் காரணம் மார்க்கோ போலோவின் அப்பா. அவர் வணிகத்திற்காகக் கான்ஸடான்டிநோபிளுக்குப் பயணம் மேற்கொள்பவராக இருந்தார்.

யுத்தம் காரணமாக வணிக முயற்சிகளுக்கு நெருக்கடி ஏற்படவே அவர் சீனாவை நோக்கி தனது பயணத்தை மேற்கொண்டார். இந்தப் பயணத்திற்கு ஒன்பது ஆண்டுகாலம் ஆனது. அவர்கள் சீனாவில் இருந்து திரும்பியபிறகு, தொடர்ந்து கீழ் திசைநோக்கி தங்களது வணிக முயற்சிகளை மேற்கொள்ளத் துவங்கினார். இதன் அடுத்தப் பயணத்தில் மார்க்கோ போலோ தனது அப்பா மற்றும் மாமாவுடன் சேர்ந்து பயணம் செய்யத் துவங்கினார்.

இந்தப் பயணம் அவர்கள் எதிர்பார்த்தது போல எளிமையாக இல்லை. பயணத்தின் நடுவில் ஒரு வருடகாலம் போலோ உடல் நலமில்லாமல் படுக்கையில் கிடக்கும் படியானது. அவர்கள் கோபி பாலைவனத்தைக் கடப்பதற்கு மிகவும் சிரமப்பட்டனர். ஆறு வருட பயணத்தின் முடிவில் *5600* மைல் பயணம் செய்து அவர்கள் சீன தேசத்தை அடைந்தனர்.

அப்போதைய சீன அரசனாகயிருந்த குப்ளாகான் அவர்களை வரவேற்று உபசரித்து, தனது தேசத்தை முழுமையாகச் சுற்றிப்பார்த்து வரச் செய்தான். அவனுக்கு மார்க்கோ போலோவின் மீது மிகுந்த நட்பு உருவானது. அந்த நட்பின் காரணமாகத் தன்னோடு கூடவே சீனாவில் வசிக்க வேண்டும் என்று போலோவை ஆணையிட்டான். போலோ இருபது ஆண்டுகள் சீனாவில் வசித்தார். அந்த நாட்களில் அங்குள்ள நில தீர்வையைக் கண்காணிக்கும் பொறுப்பிலும் அரசு நிர்வாகப் பொறுப்பிலும் பல முக்கியப் பதவிகளை வகித்தார்.

ஒவ்வொரு நாளும் குப்ளாகானும் அவரும் போலோ கண்டுவந்த நாடுகளைப் பற்றியும் அங்குள்ள மக்கள் வாழ்க்கை முறை பற்றியும் விவாதிப்பார்கள். போலோவிற்கு லத்தீன், கிரேக்கம் ,பிரெஞ்ச் ,இத்தாலி உள்ளிட்ட பலமொழிகளில் நல்ல திறன் இருந்தது. இதனால் அவர் குப்ளாகானின் நெருக்கமான நண்பர்களில் ஒருவரானார்.

குப்ளாகான் தனது தேசத்தில் கிறிஸ்துவ மதம் பரவ வேண்டும் என்பதற்காகப் போலோவுடன் ஒரு தூதுக் குழுவை அனுப்பி, போப்பை சந்தித்து நூறு அறிஞர்களைத் தனது தேசத்தில் கிறிஸ்துவம் பற்றி எடுத்துச் சொல்வதற்கு அனுப்பும்படியாக ஏற்பாடு செய்தான். இதற்காக மார்க்கோ போலோ, வாடிகனை நோக்கிய இன்னொரு பயணத்தை மேற்கொள்ள வேண்டியிருந்தது.

இதற்காக மார்க்கோ போலோவிற்கு ஒரு அரச முத்திரை ஒன்றினை குப்ளாகான் உருவாக்கித் தந்தார். இது தங்கத்தால் ஆனது. அந்த முத்திரையில் இவர் சீனதேசத்தின் தூதுவர் என்றும் இவருக்குத் தேவையான உதவிகள் எதுவாயினும் உடனே செய்து தரப்பட வேண்டும் என்றும் இவரது உயிருக்கு எந்த விதத்திலும் ஆபத்து ஏற்படக்கூடாது என்றும் பதித்துத் தந்திருந்தார் குப்ளாகான். போலோ தனது பயணத்தைத் துவங்கி, மூன்று ஆண்டுகள் தொடர்ந்து பயணம் செய்து, வாடிகனில் போப்பைச் சந்தித்து குப்ளாகானின் ஆசையை விவரித்தார்.

போலோ சீனாவிற்குத் திரும்பி வந்தபோது, அவருக்கு அரச மரியாதையோடு வரவேற்பு அளிக்கப்பட்டது. போலோ அரசின் விருந்தினராக அதன் பிறகு பல ஆண்டுகாலம் சீனாவில் தங்கி யிருந்தார். இந்த நாட்களில் சீன அரசியலிலும், குப்ளாகானின் குடும்ப உறவுகளிலும் நெருக்கமாகச் செயல்படத் துவங்கினார் போலோ.

குப்ளாகான் மங்கோலிய அரசினை உருவாக்கியதில் முக்கியப் பங்கு வகித்தவர். இவர் செங்கிஸ்கானின் பேரன். இவரது ஆட்சி காலத்தில் தான் நிலவரி முறைப்படுத்தப்பட்டது. மக்களுக்கு நீதி கிடைப்பதற்காக மாவட்ட அளவில் நீதி மன்றங்கள் அமைக்கப்பட்டன.

அத்தோடு விவசாயத்தை மேம்படுத்துவதற்காக ஏராளமான பணம் செலவழிக்கப் பட்டது. போலோ நிலவரி குறித்து புதிய யோசனைகளைக் குறிப்பிட்டதாகவும், அவை ஏற்றுக்கொள்ளப் பட்டதாகவும் சரித்திர பதிவேடுகளில் காணப்படுகிறது.

பாலைவனத்தில் பயணம் செய்யும்போது, சில நேரங்கள் இரவிலும் தொடர்ந்து பயணம் மேற்கொள்ள வேண்டியிருக்கும். அதுபோன்ற சந்தர்ப்பங்களில் சிலர் வழி தவறி போய்விடுவது ஏற்படும். போலோ இது போன்று ஓர் இரவுப் பயணத்தில் வழி தவறிப் போய்விட்டார். அவரை யாரோ பெயர்சொல்லி அழைப்பதுபோன்று இருட்டிலிருந்து சப்தம் கேட்டிருக்கிறது. அந்த வழியில் அவர் தொடர்ந்து போக, ஒட்டகங்கள் கடந்து போவது போன்றும், டோலக் இசையோடு யாரோ ஒரு பாணர்களின் கூட்டம் கடந்துபோவது போன்றும் சப்தம் கேட்டிருக்கிறது. அதைப் பின்பற்றிப்போன போலோ விடிகாலையில் யாருமில்லாத பாலைவனத்தின் ஒரு புள்ளியில் சென்று மாட்டிக் கொண்டார்.

இதுபோன்று வழிதவறிப் போன பலரும் பாலைவனத்தில் அலைந்து இறந்துபோன நிகழ்வுகள் நினைவுக்கு வர, பயத்துடன் எப்படி சரியான பாதையை அடைவது என்று தெரியாமல் ஒரு வார காலம் வேறுவேறு திசைகளில் அலைந்து திரிந்திருக்கிறார். யாருமில்லாத பாலைவனத்தின் இரவில் நட்சத்திரங்களைத் தவிர வேறு துணையின்றி, அவர் பயமும் குழப்பமுமாகப் படுத்திருந்த நாட்களை இந்தப் புத்தகத்தில் துல்லியமாக வெளிப்படுத்தியிருக்கிறார். ஒருவார கால அலைக்கழிப்பிற்குப் பிறகு ஒரு நாடோடி கூட்டம் மயங்கிக் கிடந்த அவரைக் காப்பாற்றி, தங்களது கூடாரத்தில் வைத்திருந்து வழி காட்டி அனுப்பி வைத்திருக்கிறார்கள்.

போலோவின் சாகசங்கள் இந்தியாவை, ஆப்கானிஸ்தானை, துருக்கியை, சீனாவைப் பற்றி எண்ணிக்கையற்ற குறிப்புகளைக் கொண்டிருக்கிறது. ஆனால், சமீப காலமாக மார்க்கோ போலோவின் மீது ஒரு சர்ச்சை உருவானது. அது போலோ சீனாவிற்குப் பயணம் போகவேயில்லை. அவர் ஒருமுறை சிறை பிடிக்கப்பட்டபோது அவரோடு சிறையில் இருந்த ஒரு பயணி சொன்ன தகவல்களைத் தனது பெயரில் புத்தகமாக்கி கொண்டுவிட்டார் என்று வரலாற்று ஆய்வாளர்கள் குறிப்பிட்டார்கள். ஆனால், மார்க்கோ போலோவின்

குறிப்புகள் இந்த வதந்திகளைப் பொய்ப்பித்து விட்டதோடு எண்ணிக்கையற்ற நேரடிச் சான்றுகளையும் உலகிற்கு எடுத்துக் காட்டிவிட்டது.

ஆனாலும் போலோவின் குறிப்புகளில் ஏன் சீன பெருஞ்சுவரைப் பற்றி எந்தக் குறிப்புமில்லை என்பதும், அன்று சீனாவில் பிரபலமாக இருந்த தேநீர் பற்றியோ பெண்கள் தங்களது கால்களை அழகு படுத்திக் கொள்ளக் கால்களைச் சிறியதாக்கும் முறை பற்றியோ, சித்திர எழுத்துக்கள் பற்றியோ எந்தத் தகவலும் இல்லை என்பது ஆச்சரியம் தருவதாகவே உள்ளது.

மார்க்கோ போலோவைப் பற்றி இத்தாலிய எழுத்தாளரான இடாலோ கால்வினோ புலப்படாத நகரம் என்ற நாவலை எழுதினார். இந்த நாவல் குப்ளாய்கானுக்கும் மார்கோ போலோவிற்கும் நடைபெற்ற உரையாடல்களை மையமாகக் கொண்டது. மிகச் சிறப்பாகப் பேசப்பட்ட நாவலாகும்.

போலோ இருபது ஆண்டுகள் சீனாவில் வாழ்ந்த பிறகு வெனிஸ் திரும்பினார். அங்கே யுத்தம் ஒன்றில் பிடிக்கப்பட்டுச் சில ஆண்டுகள் சிறைக் கைதியாக வாழ்ந்தார். அப்போது தான் அவர் தனது பயண அனுபவங்களைப் பற்றி விரிவாக எழுதத் துவங்கினார். சிறையிலிருந்து வெளிவந்த பிறகு அவரது புத்தகங்கள் மிகுந்த வரவேற்பு பெற்றன.

தொடர்ந்து தனது பயண அனுபவங்களை எழுதிய போலோ தன் மரணத் தருவாயில் சொன்ன கடைசி வாசகம், ‘எனது பயணங்களில் நான் கண்டவற்றிலிருந்து சிறிய பகுதி மட்டுமே எழுதப்பட்டிருக்கிறது. மற்றவை எனது மனதில் அப்படியே உள்ளது.’

எல்லாப் பயணிகளையும் போலவே மார்க்கோ போலோவின் பயணக் குறிப்புகளிலும் சில அதீத கற்பனைகள் கலந்திருக்கின்றன. இந்தியாவில் தங்கம் தேடும் எறும்புகள் இருப்பதாகவும், யானையை மனிதர்கள் உண்பதாகவும் சில குறிப்புகள் வருகின்றன என்றாலும் உலகின் நீள் பரப்பில் சலிப்பில்லாமல் அலைந்தபடியே தன் வாழ்வின் பெரும்பான்மையைக் கழித்த ஒரு மனிதனின் வாழ்வு அனுபவங்கள் என்ற வரையில் இந்த நூல் மிக முக்கியமானதாகும்.

THE TRAVELS OF MARCO POLO,

ed, William Marsden, Wordsworth Editions Ltd., 1997.

# 2.இபின் பதூதாவின் இந்தியா

புனித பயணம் செல்வது ஆதிகாலம் தொட்டே தொடர்ந்து நடந்து வரும் நிகழ்வாகும். பதினான்காம் நூற்றாண்டில் இங்கிலாந்தில் உள்ள காண்ட்ரபரி தேவாலயத்தினை வழிபடுவதற்காக நடைப் பயணமாகவே யாத்திரை மேற்கொண்டவர்கள் வழியில் ஆங்காங்கே தங்கிப் போகும்போது சொன்ன கதைகளைத் தொகுத்து சாசர் ஆங்கிலத்தில் எழுதிய காண்ட்ர்பரி கதைகளை இந்த வகை எழுத்திற்கு ஒரு சான்றாகச் சொல்லலாம்.

புனிதப் பயணம் மேற்கொள்பவர்கள் அதை ஒரு மதக் கடமையாகவே மேற்கொள்கிறார்கள். ஆகவே, அவர்களின் கவனம் இறை நம்பிக்கையின் மீது மட்டுமே குவிந்திருந்தது. தங்களது பயண வழிகளைப் பற்றியோ அல்லது பயணத்தின் போது கண்ட நிலக் காட்சிகளையோ அவர்கள் நினைவில் வைத்திருப்பதில்லை. விதிவிலக்காக ரிச்சர்ட் பர்டன் போன்றவர்கள் புனிதப் பயணம் மேற்கொண்டபோது, பயணத்தின் ஊடாக அந்த மக்களின் கலாச்சார, சமூக வாழ்வியலையும் தனது எழுத்தில் பதிவு செய்திருக்கிறார்கள்.

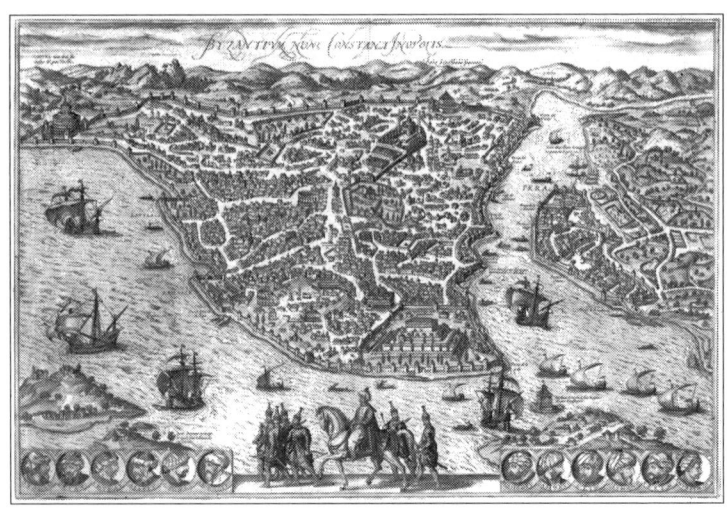

இபின் பதூதா (Ibn Battuta) என்ற மத்திய கால யாத்ரீகனின் பயணமும் ஒரு புனிதப் பயணமாகத் தான் துவங்கியது. மொராக்கோவில் உள்ள ஒரு சிறிய நகரத்தில் 1304ம் ஆண்டில் ஒரு நீதிபதியின் வீட்டில் பிறந்த அபு அப்துல்லா முகமது இபின் பதூதா சிறுவயதில் மதக் கல்வியும், அரபி இலக்கணமும் பயின்றார்.

இஸ்லாமிய நெறிகளில் தீவிர ஈடுபாடு கொண்டிருந்த குடும்பம் என்பதால் அவரது கவனம் முழுமையும் இறையியல் மீதாகவே உருவானது. தனது இருபதாவது வயதில் மெக்காவிற்குப் புனிதப் பயணம் துவங்கினார். புனித கடமைகளை நிறைவேற்றுவதற்காகத் துவங்கிய இந்தப் பயணம் அப்படியே 44 தேசங்கள், பதினோறு ஆயிரம் நாட்கள், 75ஆயிரம் மைல் வரைக்கும் நீண்டுசெல்லும் என இபின் பதூதாவிற்குத் தெரிந்திருக்கவில்லை.

இருபது வயது இளைஞனாக வீட்டிலிருந்து வெளியேறிய இபின், முப்பது வருடங்களுக்குப் பிறகுதான் தன்னுடைய சொந்த ஊர் திரும்பினார். யாத்ரீகனின் மனது திசைகள் அற்றது. அது காற்றைப் போல அலைந்து கொண்டேயிருக்கக் கூடியது என்பதற்கு இவரே உதாரணம்.

இபின் பதூதா மெக்காவிற்குப் பயணம் மேற்கொள்ளும் போதே இதுவரை தான் அறியாத நிலப்பரப்புகளையும், பல்வேறு வகையான கலாச்சாரக் கூறுகளையும் அறிந்துகொள்ளத் துவங்கினார். புனித பயணம் முடிந்து, யாத்ரீகர்கள் தங்களுக்குச் சொந்த ஊருக்குத் திரும்பும் போது, இபின் பதூதாவிற்கு மட்டும் இன்னும் சில காலம் அங்கே தங்கி,

அங்கு வழிபாட்டிற்கு வரும் மக்களைப் பற்றியும், மெக்காவின் தினசரி வாழ்க்கைப் பற்றியும் அறிந்து கொள்ளலாம் என்று தோன்றியது. இதற்காக இரண்டு ஆண்டுகள் அவர் மெக்காவில் தங்கியிருந்து அங்குள்ள கலாச்சாரக் கூறுகளை நுண்மையான அறிந்து கொண்டார்.

அப்போது அவருக்கு உலகம் முழுவதும் இருந்த இஸ்லாமிய அரசர்களை நேரில் கண்டு வரவேண்டும் என்ற ஆசை உருவானது. இந்த ஆசையை வெளிக்காட்டிக் கொள்ளாமல் மெக்காவில் தன்னோடு நெருக்கமாக இருந்த வணிகர்கள் மற்றும் கடலோடிகளோடு சேர்த்துக் கொண்டு தனது பயணத்தைத் துவக்கினார். ஆறு ஆண்டுகாலம் அவர் தொடர்ந்து பயணம் செய்தார். இந்தப் பயணத்தின் நடுவில் பாக்தாத்திலும் மெசபடோனியாவிலும் குபா என்ற பழமையான நகரிலும் சில மாதங்கள் தங்கிச் சென்றார்.

மார்க்கோ போலோவைப் போன்று நான்கு மடங்கு தூரம் பயணம் செய்த இந்த யாத்ரீகன் ஒவ்வொரு தேசத்தினைப் பற்றியும், துல்லியமாகத் தனது நினைவுகளைப் பதிவு செய்திருக்கிறார். குறிப்பாக பாக்தாத் நகரைப் பற்றி விவரிக்கும்போது, அங்கிருந்த குளியல் அறைகளைப் பற்றியும் பாக்தாத் நகரின் தெருக்கள், அங்காடிகள், இசைக்கூடங்கள், வீதிகள் அங்கு நிலவும் தட்பவெப்பம், தயாரிக்கப்படும் உணவு, மக்களின் பேச்சு வழக்கு, என்ன வகையான உடையணிந்திருந்தார்கள், அன்றைய செலாவணியில் இருந்த நாணயம் எது, என்ன வகையான மரங்கள் அங்கிருந்தன, எதுபோன்ற கேளிக்கைகளில் மக்களுக்கு விருப்பம் இருந்தது, மக்களின் மத ஈடுபாடு எப்படியிருந்தது என்று துல்லியமாகக் குறிப்பிடுகிறார்.

இபின் பதூதா பாக்தாத் நகரில் உள்ள ஒரு பொதுக் குளியல் அறை ஒன்றிற்குள் குளிப்பதற்காகச் சென்றார். உள்ளே நுழைந்ததும் அவருக்கு மூன்று துண்டுகள் கொடுக்கப்பட்டிருக்கின்றன.

ஒன்று அவர் உள்ளே நுழையும்போது தனது உடைகளைக் கழட்டி கொண்டு குளிப்பதற்காக இடுப்பில் கட்டிக் கொள்வதற்கு, மற்றொன்று குளித்த பிறகு ஈரத் துண்டிற்கு மாற்றாகக் கட்டிக் கொள்வதற்கு, மூன்றாவது உடலைத் துவட்டிக் கொள்வதற்கு. குளியலை மக்கள் ஒரு கொண்டாட்டமாக மேற்கொண்டனர். இப்படிச் சுத்தமானதும், சுகாதாரமானதுமான குளியல் முறை நாடெங்கும் ஒரே சீராக இருந்தது என்று இபின் பதூதா தனது பயணக் குறிப்பில் எழுதுகிறார்.

தனது நீண்ட பயணத்தின் ஒரு பகுதியாக இபின் பதூதா இந்தியாவிற்கும் வருகை தந்தார். முகமது பின் துக்ளக்கின் ஆட்சி காலத்தில் இவர் டெல்லிக்கு வருகை புரிந்தபோது துக்ளக் ஒரு உள்நாட்டுக் குழப்பத்தைத் தீர்த்து வைப்பதற்காகத் தென்பகுதிக்குச் சென்றிருந்தார். ஆனாலும் அவருக்கு ஒரு வெளிநாட்டு யாத்ரீகன் தன்னைக் காண வந்திருப்பது தெரிவிக்கப்பட்டவுடன் ஐயாயிரம் தினார்கள் வெகுமானம் அளித்து, தங்குமிடமும் சிறப்பு வசதிகளும் செய்து தந்தார்.

சில வாரங்களுக்குப் பின் துக்ளக் டெல்லிக்கு வந்துசேர்ந்த நாளில் அவரிடமிருந்து இபின் பதூதாவிற்கு அழைப்பு வந்தது. இபின் பதூதா துக்ளக்கின் விசித்திரமான மனப்போக்கு பற்றியும், குதர்க்கமான சிந்தனைப் பற்றியும் முன்னதாகவே அறிந்திருந்த காரணத்தால் அவர் தங்கத்தால் செய்த பரிசு பொருட்களுடன் துக்ளக்கைக் காண்பதற்காகக் காத்துக் கொண்டிருந்தார்.

துக்ளக் அவரை அருகில் அழைத்துப் பெர்சிய மொழியில் பேசி பாராட்டினார். ஒவ்வொரு முறை இபின் பதூதாவை அவர் பாராட்டும் போதும் துக்ளக்கின் கையில் இபின் முத்தமிட்டு நன்றி தெரிவிக்க வேண்டியிருந்தது. அந்த ஒரு சந்திப்பில் மட்டும் ஏழு முறை அவரது கையில் தான் முத்தமிட்டதாகவும், அந்த ஒரு நிகழ்ச்சியே துக்ளக்கின் மனப்போக்கைத் துல்லியமாக எடுத்துக் காட்டியதாகவும் இபின் பதூதா விவரிக்கிறார்.

இபின் பதூதாவின் பயணக் குறிப்புகள் யாவும் அவரது அந்திமக் காலத்தில் மொராக்கோவின் சுல்தான் ஆணையின் படியாக அவர் சொல்லச் சொல்ல இபின் சஜாயி என்ற கவிஞர் எழுதியது.

தனது வயதான காலத்தில் இபின் பதூதா தான் கண்டும் கேட்டும் அறிந்திருந்த விசயங்களை இரண்டு வருடகாலம் தினமும் அரச சபையில் தெரியப்படுத்தினார். அதைக் குறிப்புகளாக எடுத்துக் கொண்டு இபின் சுஜாயி தொகுத்து, நீண்ட பயணநூலாக முறைப்படுத்திப் புத்தக வடிவம் கொடுத்திருக்கிறார்.

இந்த நூலில் இபின் பதூதா கண்ட இந்தியாவைப் பற்றிய நினைவுக் குறிப்புகள் ஏராளம் உள்ளன. குறிப்பாக அவர் துக்ளக்கின் குரூரமான தண்டனைகள் பற்றியும், இபின் பதூதா நீதிபதியாகப் பணியாற்றிய சம்பவங்களைப் பற்றியும் விவரித்திருக்கிறார்.

துக்ளக் பெர்சிய மொழியில் நன்கு தேர்ச்சி பெற்றவர். அத்தோடு சிறந்த சித்திர எழுத்துக்கலை நிபுணர். சட்டம் மற்றும் மதம் குறித்த தீவிர சிந்தனையாளர். பெர்சிய மொழியில் கவிதைகள் எழுதுபவர். ஆனால், அவர் ஒரு முன்கோபி. சிறிய குற்றங்களுக்குக் கூட கடுமையான தண்டனைகள் வழங்கக் கூடியவர்.

ஒவ்வொரு நாளும் சபையில் ஆயிரக்கணக்கான மக்கள் ஏதேதோ காரணங்களுக்காகப் பிடித்துக்கொண்டு வரப்பட்டிருப்பார்கள். துக்ளக் குற்றங்களைப் பற்றி விசாரிப்பதற்கு முன்பே தண்டனையைக் கொடுத்து விடுவார். கைகளை வெட்டி காலிலும், காலை வெட்டி கைகளிலும் தைத்து விடுங்கள் என்பது போன்ற விசித்திர தண்டனைகளை அளிப்பார் துக்ளக்.

ஒரு முறை மத அறிஞர் ஒருவர் துக்ளக் தெரிவித்த கருத்திற்கு மாற்றுக் கருத்து சொன்னதற்காக, அவரது தாடி மயிரை ஒவ்வொன்றாகப் பிய்த்துக் கொல்லும்படியாகக் குரூர தண்டனை அளித்தார் துக்ளக். முகமது பின் துக்ளக் தனது நட்பினை வெளிப்படுத்தும் விதமாக

இபின் பதூதாவிற்கு நீதிபதி பதவி கொடுத்தார். வருடம் ஐயாயிரம் தினார் ஊதியம் வழங்கினார். அன்று ஒரு சராசரி குடும்பத்தின் மாத வருமானம் ஐந்து தினார். இத்தோடு சில கிராமங்களை வரி வசூல் செய்து அவரே எடுத்துக் கொள்வதற்கும் உரிமை வழங்கினார்.

இபின் பதூதா ஏழு ஆண்டுகாலம் துக்ளக்கின் அரசில் பணியில் இருந்தார். அப்போது இந்தியா முழுவதும் பயணம் செய்திருக்கிறார். ஒருமுறை தனது கடற்பயணத்தின் போது, அவரது கப்பல் சிதைந்து விடவே அவர் மலபார் பகுதியில் சில மாதங்கள் தங்கியிருந்து, தென்னாட்டு மக்களின் வாழ்க்கை முறையைக் கண்டறிந்திருக்கிறார்.

அப்போது அவர் ராமநாதபுர மாவட்டத்தில் உள்ள பெரியபட்டிணம் என்ற கடற்கரைத் துறைமுகத்திற்கு வந்து, மூன்று மாதம் தங்கி யிருந்ததாக ஒரு குறிப்பு எழுதியிருக்கிறார்.

இபின் பதூதாவிற்கு மிக ஆச்சரியமானதாக இருந்தது வெற்றிலை. தென்னாட்டு மக்கள் வெற்றிலைக்கு ஏன் இவ்வளவு முக்கியத்துவம் கொடுக்கிறார்கள் என்று அவரால் புரிந்து கொள்ள முடியவில்லை.

அவரது ஒரு குறிப்பில் விருந்தினர்களை வரவேற்று வெற்றிலை பாக்கு தருவது, அவர்களுக்கு தங்கமோ வெள்ளியோ தருவதை விடவும் உயர்வானது என்று குறிப்பிடுகிறார். முகமது பின் துக்ளக்கின் நிர்வாகச் சீர்கேடுகள் ஒரு பக்கம் தேசத்தை நிலை குலையச் செய்தது. இன்னொரு பக்கம் அவருக்கு எதிராக எதிர்ப்பு இயக்கங்கள் வலுக்கத் துவங்கின. துக்ளக் தனது எதிரிகளை ஒழிப்பதற்காகப் படையோடு டெல்லியை விட்டுச் சென்ற நாட்களில் மொத்த நீதி நிர்வாகமும் இபின் பதூதாவிடமே இருந்தது.

அவர் இஸ்லாமியச் சட்டங்களை நிறைவேற்ற வேண்டும் என்ற முனைப்பில் தீவிரமாக இருந்தார். குறிப்பாகப் பெண்களுக்கு எதிரான குற்றங்களுக்குக் கடுமையான தண்டனைகளை அளித்தார். துக்ளக்கிற்கு எதிரான புரட்சி நடவடிக்கைகள் ஒடுக்கப்பட்டதும் துக்ளக் தனது

19

எதிரிகளோடு தொடர்புள்ளவர்கள் யார் என்ற ஒரு பட்டியலை எடுத்தார். அதில் எதிரி ஒருவரின் வீட்டில் இருந்த சூபி தத்தவாதி ஒருவருக்கும், இபின் பதூதாவிற்கும் தொடர்பு இருந்தது துக்ளக்கிற்குத் தெரிய வந்தது. எங்கே தன்னையும் துக்ளக் கொன்றுவிடக் கூடுமோ என்று பயந்து, இபின் பதூதா ஒரு வார காலம் உண்ணா நோன்பு இருந்தார். பகலும் இரவும் பிரார்த்தனை செய்தபடியிருந்தார். துக்ளக் எப்போது என்ன செய்வார் என்று அவரால் அறிந்து கொள்ளவே முடியவில்லை.

சில நாட்களில் பிச்சைக்காரர்போல வேடம் அணிந்து கொண்டு இபின் பதூதா டெல்லி தெருக்களில் சுற்றியலைந்திருக்கிறார்; முடிவில் ஒருநாள் அரசரிடமிருந்து அழைப்பு வந்தது. அரசரைக் கண்டதும் வணங்கி, தான் திரும்பவும் ஹஜ் பயணம் மேற்கொள்ள இருப்பதாக இபின் பதூதா சொன்னார். துக்ளக் அதை மறுத்து அவரை சீனாவிற்கான தூதுவராக நியமித்து, தேவையான பொருட்களும் வேலையாட்களும் தந்து சீனாவிற்கு அனுப்பி வைத்தார்.

துக்ளக்கிடமிருந்து தப்புவதற்காகவே அந்தப் பணியை ஒத்துக் கொண்டார் இபின் பதூதா. மார்க்கோ போலோவிற்குப் பிறகு, சீனாவிற்குச் சென்ற வெளிநாட்டுப் பயணி இவரேயாகும். சீனாவிற்குச் செல்வதற்காகப் புறப்பட்ட கடற்பயணத்திலும் கப்பல் விபத்திற்கு உள்ளாகி மீனவர்களால் காப்பாற்றப்பட்டு, இலங்கைக்கும், மாலத்தீவுகளுக்கும் சென்ற இபின் பதூதா கடுமையான போராட்டத்தின் பிறகே சீனாவிற்குச் சென்றிருக்கிறார்.

இபின் பதூதாவின் காலத்தில் இந்தியாவில் சாதாரண மக்கள் தொடர்ந்து வரியாலும், அதிகார நெருக்கடியாலும் கசக்கிப் பிழியப்பட்ட நிகழ்ச்சிகள் அவரது பயணக் குறிப்புகளில் முழுமையாக விவரிக்கப்படுகின்றன.

முப்பது ஆண்டுகளுக்குள் பயணத்தில் ஏதேதோ நகரங்களில் நோயுற்றும், பிடிபட்டும், கப்பல் விபத்திற்குள்ளாகியும், மோசமான உடல் நலக்கேட்டிற்கும் உள்ளான இபின் பதூதா பயணங்களின் முடிவாக தனது சொந்த தேசம் திரும்பினார். அவருக்குச் சுல்தான் சிறப்பான வரவேற்பு கொடுத்து, பாஸ் என்ற நகரில் வசிப்பதற்கான உதவிகள் செய்தார்.

இபின் பதூதாவின் பயணக்குறிப்புகள் மூன்று தொகுப்புகளாக வெளிவந்துள்ளன. இந்தத் தொகுப்புகளை வாசிக்கும்போது முன்னுக்குப் பின்னான சில விசயங்களும் இடம் காலம் பற்றிய குழப்பங்களும் ஏற்படுகின்றன. அத்தோடு இபின் பதூதா எழுதியதோடு இடைச்செருகல் நிறைய இருந்திருக்கக் கூடும் என்றும் தோன்றுகிறது.

ஒரு மலையைத் தூக்கிக் கொண்டு பறவையொன்று பறந்து போனதைத் தான் கண்டதாக அவர் எழுதியுள்ள ஒரு குறிப்பு உள்ளது. இபின் பதூதாவும் மற்ற பயணிகளைப் போலவே பல செவிவழி செய்திகளை நிஜம் என்று பதிவு செய்திருப்பதையே இது உணர்த்துகிறது. அறிவைத் தேடிச் செல்வது மனிதனின் முதற்கடமையாகும். எனது பயணம் முழுவதுமே அறிவைத் தேடி நான் மேற்கொண்ட முயற்சிகளே என்கிறார் இபின் பதூதா.

இன்றைய வரலாற்று அறிஞர்களில் சிலர் துக்ளக்கின் முட்டாள்தனமானச் செயல்களுக்குப் பின்னே இபின் பதூதாவின் பங்கும் இருக்கிறது என்றும் இபின் பதூதாவும் குரூரமான தண்டனைகளைத் தரும் நீதிபதியாகவே பணியாற்றியிருக்கிறார், ஐந்து பெண்களை மணந்திருக்கிறார், மன்னரின் நண்பர் என்ற முறையில் அதிகாரத்தைத் துஷ்பிரயோகம் செய்திருக்கிறார் என்கிறார்கள்.

இபின் பதூதாவின் பயணக் குறிப்புகள் 14ம் நூற்றாண்டு இந்தியாவைத் தெரிந்து கொள்வதற்கும் அன்றைய அரசியல் மற்றும் சமூக நிகழ்வுகளைப் பதிவு செய்வதிலும் முக்கியப் பங்கு வகித்திருக்கின்றன. அந்த வகையில் தனது வாழ்நாளில் பாதியை அலைந்து திரிவதில் செலவழித்திருக்கின்ற இந்த யாத்ரீகன் தனித்துவமானவரே.

The Travels of Ibn Battuta,

Vols. I, II, III - tr.& ed H.A.R. Gibb,

Hakluyt Society, Cambridge University Press, London, 1956.

# 3.அல்பெர்க்யூ வாசனையின் சரித்திரம்

வரலாற்றை நினைவுபடுத்துபவை கல்வெட்டுகள் மட்டுமல்ல. யாவர் வீட்டின் சமையல் அறையிலும் கடுகு, சீரகம், மிளகு போட்டு வைத்துள்ள அஞ்சறைப் பெட்டிகளும் கூட சரித்திரத்தின் அழியாத கதைகளைத் தனக்குத் தானே சொல்லிக் கொண்டிருக்கின்றன. அது நம் காதுகளுக்குக் கேட்பதில்லை என்பதுதான் உண்மை. நல்ல சமையலின் பிரதான அறிகுறி ,வாசனை. அந்த வாசனையை, ருசியை உருவாக்குவதற்காக வீட்டில் நாம் வாங்கி வைத்திருக்கும் மிளகும், கிராம்பும், ஏலமும், லவங்கமும், பட்டைக்கும் பின்னால் உலகச் சரித்திரத்தின் பல முக்கியச் சம்பவங்கள் ஒளிந்து கிடக்கின்றன.

மிளகும் கிராம்பும் தேடித்தான் கடலோடிகள் பல ஆயிரம் மைல்களுக்கு அப்பாலிருந்து பயணம் செய்து இந்தியா வந்தார்கள். லண்டனில் டச்சுக்காரர்கள் மிளகிற்கு ஐந்து ஷில்லிங் விலை ஏற்றம் செய்த காரணத்தால் தான் கிழக்கிந்திய கம்பெனி என்ற நிறுவனமே துவங்கப்பட்டது.

வாசனைத் திரவியங்கள் விளையும் நிலப்பரப்புகளைத் தேடி போர்த்துக்கீசியர்களும், டச்சுக்காரர்களும் போட்டி போட்டார்கள். அதிலும் புதிய கடல்வழிகள் கண்டுபிடிப்பதற்கான முக்கியக் காரணங்களில் ஒன்றாக இதுவேயிருந்தது.

கொலம்பஸ், வாஸ்கோட காமா போன்ற மாலுமிகளைப் பற்றிச் சரித்திர புத்தகங்களில் வாசிக்கும் போதெல்லாம் அவர்கள் தனியே பயணம்செய்து கடலில் போராடி அமெரிக்காவைக் கண்டுபிடித்தார்கள் அல்லது இந்தியாவிற்கு வழியைக் கண்டுபிடித்தார்கள் என்பது போன்ற ஒரு சித்திரம் தான் உருவாக்கப்படுகிறது. அது உண்மையல்ல. சரித்திரம் என்ற பெயரில் நம்மிடையே உலவும் புனைவு அது.

எந்த கடலோடியும் தனித்துப் பயணம் செய்யவில்லை. நாடு பிடிக்கும் ஒவ்வொரு கப்பலிலும் நானூற்றுக்கும் மேற்பட்டவர்கள் வேலை செய்தார்கள். மாலுமிகளாக உள்ளவர்களே இருபதுக்கும் மேலாக இருந்தார்கள். ஒரு கப்பல் பயணம் என்பது குறைந்த பட்சம் ஆறு மாத காலம். ஆகவே, அவ்வளவு நாட்களுக்குத் தேவையான உணவுப்பொருள் மற்றும் அன்றாட உபயோகப் பொருட்கள் சேகரித்து வைக்கப்பட்டிருந்தன.

கப்பலின் கடினமான பணிகளுக்காக அடிமைகள் மற்றும் கூலிகள் நூற்றுக்கணக்கில் இருந்தார்கள். ஒரு கடற்பயணத்திற்கு ஆகின்ற தொகையானது இருபதாயிரம் குடும்பங்களுக்கான ஒரு ஆண்டு மொத்தச் செலவை விட அதிகமானது. கப்பலில் வெடிமருந்து பொருட்களில் இருந்து பீரங்கிகள் வரை ஆயுதங்கள் பொருத்தப் பட்டிருந்தன. அதற்குத் தனியே காவலர்களிருந்தார்கள். முறையான மருத்துவ வசதிகள் இன்மையாலும், கடற்கொந்தளிப்பின் காரணமாகவும் இறந்துபோய்க் கடலில் தூக்கி வீசி எறியப் பட்டவர்களைப் பற்றிச் சரித்திரத்தில் எந்தக் குறிப்புமில்லை.

டைட்டானிக் கப்பல் முழ்கிப்போனது மட்டும் தான் நமக்கு அறிமுகமாகியிருக்கிறது. ஆனால், கடலோடிகளின் சரித்திரத்தில் நூற்றுக்கணக்கில் கப்பல்கள் மூழ்கிப் போய் உள்ளன. கடல் ஒரு திறந்து கிடக்கும் கல்லறை என்று மோபிடிக் நாவலில் ஒரு கதாப்பாத்திரம் சொல்கிறது. அது தான் உண்மை.

வாஸ்கோடகாமா பயணத்தின்போது, பல கருப்பு அடிமைகள் கப்பலில் இருந்த விபரத்தை அவரே தெரியப்படுத்துகிறார். அடுத்தவரின் தேசங்களை ஆக்கிரமித்துக் கொள்வதற்குப் பெயர் தான் நாடுகளைக் கண்டுபிடிப்பது. கொலம்பஸின் பயணத்தின்போது கொல்லப்பட்ட ஆதிக்குடிகளின் எண்ணிக்கை பல்லாயிரத்தைத் தாண்டியது. கடலோடிகளின் சரித்திரத்தில் வன்முறையும், அதிகார வேட்கையுமே மிஞ்சியிருக்கிறது.

ஆதியில் அரேபியர்கள் இந்தியாவிலிருந்தும் இலங்கையில் இருந்தும் வாசனைத் திரவியங்களை விலைக்கு வாங்கி, அதை ஐரோப்பிய நாடுகளில் விற்று வந்திருக்கிறார்கள். அப்படி அவர்கள் வாசனைத் திரவியங்கள்

விற்பனைச் செய்ததற்கான சாட்சியாகப் பைபிளில் இசக்கியேல் என்ற பகுதியில் வரும் ஒரு வாசகம் உள்ளது. அந்த வாசகத்தில் அரேபிய வணிகர்களிடமிருந்து நறுமணப் பொருட்களும், வாசனைத் திரவியங்களும் வாங்கிய விபரம் உள்ளது. இறை தூதரான முகமது நபி மணந்து கொண்டது கூட வாசனைத் திரவியங்கள் வணிகம் செய்யும் பெண்மணியைத் தான் என்பது குறிப்பிடத்தக்கது.

அரேபியர்கள் கையில் இருந்த இந்த வணிகத்தைத் தாங்கள் கைப்பற்ற வேண்டும் என்ற போட்டி டச்சுக்காரர்களுக்கும் போர்த்துக்கீசியர்களுக்கும் இருந்தது. குறிப்பாகப் போர்த்துக்கீசியர்கள் கப்பல் கட்டும் தொழிலில் காட்டிய வேகம் அவர்கள் வாசனைத் திரவிய வணிகத்தைத் தங்களது கட்டுப்பாட்டிற்குள் கொண்டுவர வேண்டும் என்பதாகவே இருந்தது. இதற்காக லிஸ்பன் துறைமுகத்தில் பல்வேறு தேசங்களைச் சேர்ந்த மாலுமிகள் மிக உயர்ந்த சம்பளத்தில் வேலைக்கு எடுக்கப் பட்டார்கள். கடல் வணிகத்தில் அரசும், தனிநபர்களும் ஒருவரோடு ஒருவர் போட்டி யிட்டார்கள்.

குறிப்பாகக் கடற்பயணத்திற்கு அடிப்படையாக இருந்த கடல்வழி வரைபடங்களுக்கு முக்கிய விலை தரப்பட்டிருக்கிறது. மாலுமிகளின் சம்பளமாக தங்கப் பாளங்கள் தரப்படுவதோடு, அவர்கள் தாங்கள் கண்டுபிடிக்கும் நாடுகளில் இருந்து கிடைக்கும் வருமானத்தில் பங்கும், அனுபவிக்கும் உரிமையும் தருவது என்று நடைமுறை சட்டமிருந்திருக்கிறது.

போர்த்துக்கீசியர்கள் வாசனைத் திரவியங்களைத் தேடி, உலகமெங்கும் தங்களது கப்பல்களை அனுப்பினர். குறிப்பாக இந்தியாவைக் கண்டடைந்து அங்கு தங்களது அதிகாரத்தை நிறுவுவது முக்கியப் பணியாக இருந்தது.

இப்படியொரு வணிகக் கப்பலின் தலைமை அதிகாரியாகப் பணியாற்றியவர் தான் அல்போன்சோ அல்பெர்க்யூ. அவரது குடும்பம் போர்த்துக்கீசிய அரச வம்சாவளியைச் சேர்ந்தது. அவரது மூதாதையர்களில் அரச சபையில் இடம் பெற்றிருந்தனர். 1453 ஆண்டு லிஸ்பன் நகருக்கு அருகில் உள்ள சிறு நகரம் ஒன்றில் பிறந்த அல்பெர்க்யூ தனது இருபதாவது வயதிலே கடற்பயணத்தைத் துவக்கிவிட்டார். இவரது

அப்பா நியாய சபையின் உறுப்பினராக இருந்த காரணத்தால் இவரது கடற்பயணத்திற்கான அனுமதியும் சலுகைகளும் அன்றைய ஆட்சியாளனான ஜான் அரசனால் வழங்கப் பட்டிருக்கிறது.

பத்து ஆண்டுகாலம் வட ஆப்பிரிக்கப் பகுதியில் சுற்றியலைந்த அல்பெர்க்யூ, அங்கு உள்நாட்டுக் கலவரங்களை ஒடுக்குவதாகக் கூறிக் கொண்டு அப்பாவி மக்களை வேட்டையாடினார். அத்தோடு இஸ்லாமிய மக்களுக்கு எதிராக வன்முறையைக் கட்டவிழ்த்து விட்டார். இதன் காரணமாக இவருக்கு ஏராளமான இயற்கை வளங்கள் சொந்தமாகின. போர்த்துகீசிய காலனிகளை நிறுவுவதற்குத் துணைபோன இவரது அதிகார வேட்கையைப் பயன்படுத்திக் கொண்டு இந்தியாவில் தனது அதிகார மையத்தினை உருவாக்கிட அனுப்பியது அந்நாட்டு அரசு.

இந்தியாவில் மிளகும், கேரமும், லவங்கமும் ஏராளம் கிடைத்தன. குறிப்பாகக் கேரளாவின் கலிகட் துறைமுகம் இதற்கான வழியாக இருந்தது. ஆகவே, அதைத் தங்களது கட்டுப்பாட்டிற்குள் வைத்துக் கொள்ள போர்த்துக்கீசிய அரசு விரும்பியது. இதற்காக அல்பெர்க்யூவை கலிகட் அனுப்பியது. அவர் 1503ம் ஆண்டு நூற்றுக்கணக்கான படை வீரர்களோடு கேரள கடற்கரைக்கு விஜயம் செய்து, அங்கிருந்த அரசியல் கொந்தளிப்பை ஒடுக்கி, கலிகட் துறைமுகத்தைத் தனது கட்டுப்பாட்டிற்குள் கொண்டு வந்தார்.

முதன்முறையாகப் போர்த்துக்கீசிய கோட்டை ஒன்றை அங்கே உருவாக்கிவிட்டு, அரசின் அழைப்பை ஏற்றுத் திரும்பவும் லிஸ்பன் நகருக்குத் திரும்பினார். இந்த வெற்றியின் தொடர்ச்சியாக அரேபியர்களை வாசனைத் திரவிய வணிகத்திலிருந்து தடுக்க வேண்டும் என்ற நோக்கத்தோடு மலாக்கா தீவை தனது கட்டுப்பாட்டிற்குள் கொண்டு வந்தார் அல்பெர்க்யூ. கடலைப் போல எல்லையற்று தனது அதிகார வரம்பை உருவாக்கிவிட வேண்டும் என்று அல்பெர்க்யூ விரும்பினார்.

ஆனால், அவர் நினைத்ததுபோல வணிகத்தில் ஊன்றி நிற்பது எளிதானதாக யில்லை. தொடர்ந்த பிரச்சனைகளும் உள்நாட்டுக் குழப்பங்களும் மேலோங்கின. அவரைக் கொல்வதற்கான முயற்சிகள் நாலைந்து முறை நடந்து உயிர் தப்பினார்.

1510 ஆண்டு திரும்பவும் இந்தியா வந்த அல்பெர்க்யூ, தற்போது ஏற்பட்டிருக்கும் உள்நாட்டுக் குழப்பங்கள் தனக்குச் சாதகமாக இல்லை என்று உணர்ந்தார். இந்தியாவில் போர்த்துக்கீசிய பிரதிநிதியாக இருந்தவர் தன்னை எதிர்ப்பதை உணர்ந்தார். இன்னொரு பக்கம் அவரது கப்பலில் அவருக்கு எதிர்ப்பு கிளம்பியது. பொய்யான காரணம் காட்டி அவரைக் கைதுசெய்து சில மாதங்கள் கப்பலிலே அடைத்து வைத்திருந்தார்கள். ஆனால், போர்த்துக்கீசிய அரசு தந்த முழு ஆதரவு காரணமாக இவர் தனித்துச் செயல்பட்டு கோவாவைத் தாக்கி அதைத் தன் வசமாக்கினார். இதனால் போர்த்துக்கீசியர்களுக்கு வலுவான தளம் கிடைத்தது.

கோவாவில் போர்த்துக்கீசியர்களின் முன்பு இரண்டு முக்கியப்

பணிகளிருந்தன. ஒன்று மதமாற்றம் மற்றொன்று வாசனைப் பொருள் விற்பனையை நிலை நிறுத்துதல். இரண்டிலும் அவர்கள் தீவிரமாக ஈடுபாடு காட்டினர். போர்த்துக்கீசியர்கள் அங்குள்ள மக்களோடு ஒன்று கலக்க வேண்டும் என்பதற்காகக் கோவாவில் உள்ள பெண்களைத் திருமணம் செய்துகொள்ள வேண்டும் என்ற நடைமுறையைக் கொண்டு வந்தார். அதுபோல அன்று நிலவிய பல ஒடுக்குமுறைகளை அல்பெர்க்யூ முற்றிலும் தடை செய்தார். குறிப்பாகக் கணவன் இறந்ததும் பெண்கள் உடன்கட்டை ஏறும் பழக்கத்தை அல்பெர்க்யூ கோவாவில் முற்றிலுமாகத் தடை செய்தார். கோவாவில் இருந்தபோதும் அவரது கவனம் முழுவதும் கேரளாவின் மீதே இருந்தது.

கேரளாவில் உள்ள சீதோஷ்ண நிலை காரணமாக அங்கு வருடத்தின் மழை அளவு அதிகமானது. ஆகவே, அங்கு மிளகு விளைவது தொன்றுதொட்டு நடந்து வருகிறது. குறிப்பாக இடுக்கி பகுதி மிளகிற்கு மிகவும் பிரசித்தி பெற்றது. வாஸ்கோடாகாமாவின் வழியில் அல்பெர்க்யூ இந்தப் பகுதியில் விளையும் மிளகு முழுமையும் தானே விற்பனை செய்ய வேண்டும் என்று உரிமை கோரினார்.

ஒரு முறை கேரள வனப்பகுதியில் பயணம் செய்த அல்பெர்க்யூ, அங்குள்ள மிளகு கொடிகளைக் கண்டபோது தான் அதை வெட்டி எடுத்து தனது தேசத்தில் கொண்டு போய் விளைவிக்கப் போவதாகச் சொன்னார். அதைக்கேட்டு கேரள விவசாயி சிரித்துக் கொண்டே உங்களால் மிளகு கொடியை கொண்டு போய்விட முடியும். ஆனால், இங்குப் பெய்யும் மழையைக் கடத்திக்கொண்டு போக முடியாதே என்று பதில் சொல்லியிருக்கிறார்.

அல்பெர்க்யூ கோவாவில் புகழ்பெற்ற தேவாலயங்கள் உருவாக்கியிருக்கிறார். இந்தியாவைப் பற்றி அவரது மனப்பதிவுகள் யாவும் இந்தியா ஒரு வாசனையின் நாடு என்பதே. அதிலும் அவர் மிளகின் மீது கொண்டிருந்த காதல் எவ்வளவு உயிர்களைப் பலிவாங்கி இருக்கிறது என்பது துல்லியமாக வெளிப்படுகிறது.

ஆனால், டச்சுக்காரர்களுக்கும் அவர்களுக்கும் ஏற்பட்ட போட்டி காலமாற்றத்தில் இந்த வணிகத்தின் போக்கைத் திசை மாற்றம் கொள்ளச் செய்தது. அந்த நாட்களில் ஐரோப்பிய குடும்பங்களில் ஒரு பெண் திருமணமாகி வரும்போது சீதனமாக மிளகு கொண்டு வருகிறாள் என்பது அவளது செல்வ செழிப்பின் அடையாளமாகக் கருதப்பட்டது. மருத்துவத்திற்காகவும், தினசரி பயன்பாட்டிற்காகவும் வாசனைத் திரவியங்கள் அதிகம் பயன்படுத்தப்பட்டன. அரச குடும்பத்தினர் நன்கு ஆழ்ந்த உறக்கம்வேண்டி, வாசனைத் திரவியங்கள் அடைத்த தலையணைகளைப் பயன்படுத்தினார்கள் என்று அல்பெர்க்யூ ஒரு குறிப்பில் குறிப்பிடுகிறார்.

தனது வாழ்நாளில் பாதியைக் கடலில் கழித்த இந்தக் கடலோடி

தன்னைப் போர்த்துகீசிய அரசு கௌரவிக்கவே இல்லை என்ற மனக் குறையோடு வாழ்ந்திருக்கிறார். மூன்று முறை இவர் பயணம் செய்த கப்பல் கடலில் மூழ்கிப் போயிருக்கின்றன. உயிர்தப்பிப் பிழைத்ததே பெரிய அதிசயச் செயலாக இருந்திருக்கிறது. 1515ம் ஆண்டு டிசம்பர் மாதத்தில் ஏற்பட்ட ஒரு கப்பல் விபத்தின் காரணமாகக் கடலில் இறந்துபோன அல்பெர்க்யூ தனது நீண்ட அனுபவங்களைக் கடிதங்களாகவும், சிறு குறிப்புகளாகவும் விட்டுப் போயிருக்கிறார்.

கோவாவின் கடற்பரப்பில் மிதந்து கொண்டிருந்த இவரது உடலைக் கோவாவில் உள்ள தேவாலயம் ஒன்றில் அடக்கம் செய்திருக்கிறார்கள். தற்போது அது போர்த்துகீசிய அரசின் வேண்டுகோளின் படி, லிஸ்பன் நகருக்கு மாற்றப்பட்டிருக்கிறது.

அல்பெர்க்யூவின் வாழ்வு கடலோடு ஒரு மனிதன் கொள்ளும் நெருக்கத்தைப் பற்றியது. உப்பின் நெடி படிந்த உடலும், இடுக்கிய கண்களும் உலர்ந்த உதடுகளும் கொண்ட இந்த மனிதன் கடலின் வழியாகத் தனது அதிகார கனவுகளைச் சாத்தியப்படுத்த முயன்றிருக்கிறான். இவனைப்போல எத்தனையோ கடலோடிகளின் விசித்திர போக்குகளை அறிந்த கடல், அவை காற்றில் கரைந்து போகும் நீர்குமிழ்கள் என்று அறிந்தது போல தன்போக்கில் அலை அடித்துக் கொண்டிருக்கிறது.

The Travels of Ibn Battuta,

Vols. I, II, III - tr.& ed H.A.R. Gibb,

Hakluyt Society, Cambridge University Press, London, 1956

# 4. வாஸ்கோடகாமாவின் கப்பல்

**கா**லத்தில் மிதந்து கொண்டிருக்கும் திட்டுகளைப்போல இன்றைக்கும் சில சரித்திர சம்பவங்கள் சமகால வாழ்வியலோடு கலக்க முடியாமல் மிதந்து கொண்டிருக்கின்றன. சுனாமிக்கு பிறகான கடல் கொந்தளிப்பின் போது, அதுபோன்ற சில காட்சிகளை நான் காண நேர்ந்தது. குறிப்பாகச் சென்னையில் தொடர்ந்த மழையின் காரணமாகச் செயிண்ட் தாமஸ் மலைப்பகுதியில் உள்ள ஆங்கிலேயர்களின் மிகப்பெரிய கல்லறை தோட்டம் ஒன்றில் தண்ணீர் நிரம்பி கல்லறைகள் பிளவுபட்டு மிதக்கத் துவங்கின. நூறு வருடத்திற்கு முந்தைய காலனிய வீரர்களின் கல்லறைகள் அவை.

இன்றைக்கும் இங்கிலாந்து அரசின் பராமரிப்பில் கவனிக்கப்பட்டு வந்த அந்தக் கல்லறைகள் மழையால் உடைபட்டு உடைந்த மரத் துண்டுகளும், கல்லறைப் பலகைகளும் மிதந்து கொண்டிருந்தன. அந்தக் கல்லறைத் தோட்டத்தின் பராமரிப்பாளராக இருந்த வயதானவர் எங்கே

இறந்து போன வெள்ளைக்காரர்கள் பிழைத்து திரும்ப வந்துவிடுவார்களோ என்று பயந்தவரைப்போல எரிச்சலுடன் கல்லறைத் தோட்டத்தின் வெளியே நின்றபடி, நாள் முழுவதும் கத்திக் கொண்டிருந்தார். அந்தக் கல்லறைகளின் துர்நாற்றம் இப்போதும் காலனிய நாட்களின் வாசனையை நினைவு படுத்துவதாகவே இருந்தது.

மழை நின்று வெயில் வரத் துவங்கிய சில நாட்களுக்குப் பிறகு மீண்டும் அந்த இடத்தைப் பார்த்தேன். பெரும்பான்மையான கல்லறைகள் திறந்து கிடந்தன. எது எவரது எலும்பு என்று அடையாளம் காண முடியவில்லை. வயதானவர் மிகுந்த ஆத்திரத்துடன் அவற்றை அள்ளி உள்ளே தள்ளிக் கொண்டிருந்தார். காலம் புதையுண்டதைக் கூடத் திரும்ப வெளிக்கொண்டு போட்டு ஆராயச் செய்துவிடும் என்று அப்போது தோன்றியது.

இந்தியச் சரித்திரத்தில் இதுபோலப் புதையுண்டு போன எத்தனையோ விசயங்கள் ஏதேதோ காரணங்களுக்காக வெளிக்கொண்டு வரப்பட்டு, திரும்பச் சர்ச்சிக்க நேர்ந்திருக்கின்றன. 1998ல் இதுபோலவே கேரளாவிலும் கோவாவிலும் ஒரு சர்ச்சை எழுந்தது. சர்ச்சைக்குக் காரணம் வாஸ்கோட காமா. அவர் கடல் மார்க்கமாக இந்தியாவிற்கு வந்து சேர்ந்து, 500ஆண்டுகள் கடந்து போனதைக் கொண்டாட வேண்டும் என்று போர்த்துக்கீசிய அரசு விரும்பியது. அதற்காகக் கோவாவிலும், கேரளாவிலும் சிறப்பு நிகழ்ச்சிகள் நடத்தப்பட ஏற்பாடுகள் செய்யப்பட்டன.

ஆனால், சரித்திர ஆய்வாளர்களும், சுதந்திரப் போராட்ட வீரர்களும் அதைக் கடுமையாக எதிர்த்ததோடு, வாஸ்கோடகாமா போன்ற கடலோடிகள் நாடுபிடிக்கும் ஆசைகளுக்கு அடிகோலிட்டவர்கள். அவர்களைக் கடல்வழி கண்டுபிடித்தவர்கள் என்று கொண்டாட முடியாது. மாறாக ராஜ விசுவாசம் என்ற பெயரில் பல தேசங்களைக் கொள்ளையடித்து, உயிர்க்கொலைச் செய்தவர்கள் என்றுதான் கொள்ள வேண்டும் என்று அறிவித்தார்கள்.

போர்த்துகீசிய அரசு காமாவை அப்படி எளிதாக நினைத்துவிட முடியாது. கோவாவை உருவாக்கியதில் காமாவின் பங்கு மிக முக்கியமானது என்று வாதிட்டார்கள்.

ஆதியில் கோவா பழங்குடியினரின் வாழ்விடமாக இருந்தது. அவர்களைக் கொன்று அந்த நிலப்பகுதியைக் கிறிஸ்துவ ராஜ்ஜியத்தை உருவாக்கிய முதற்காரணக் கர்த்தா வாஸ்கோடகாமா தான் என்பதைச் சரித்திரம் இன்றும் நினைவில் வைத்திருக்கிறது. காமாவின் கடற்பயணம் எத்தனை சாகசங்களும் விசித்திரங்களும் நிறைந்ததோ, அத்தனை அளவு வன்முறையும், வெறிச்செயலும் கட்டுப்பாடற்ற அராஜகமும் கொண்டது. ஐரோப்பிய அரசர்களின் பொருள் தேடும் பேராசைக்குப் பலியான தேசங்கள் அத்தனைக்கும் காரணம் இதுபோன்ற கடலோடிகள் தான். போர்த்துக்கீசியர்களின் தலைநகரமான லிஸ்பன் கப்பல் கட்டுவதில் மிகவும் பிரசித்தி பெற்றது. கடல் மாலுமிகள் அங்கே செல்வந்தர்களாக இருந்தார்கள்.

அவர்களது வேலை கப்பலை செலுத்துவது மட்டுமில்லை. கடல் வாணிபத்தில் எவ்வளவு பணம் கிடைக்கிறதோ அதில் நாலில் ஒரு பங்கு மாலுமிக்குச் சொந்தமாகிவிடும். ஆகவே, வணிகர்களை விடவும் மாலுமிகள் மிகுந்த செல்வாக்கு கொண்டவர்களாக இருந்தார்கள். போர்த்துகீசிய அரசர்களுக்கு வாசனைப் பொருட்களை வணிகம் செய்வதிலும் நாடு பிடிப்பதிலும் மிகுந்த ஆர்வமிருந்தது. இதற்காகவே அவர்கள் பல புதிய கப்பல்களைக் கட்டி அதை நாடுபிடிக்கும் பணிக்கு அனுப்பினார்கள்.

அப்படிக் கப்பல் கேப்டனாக நியமிக்கப்படுகின்றவர் தனது பயணத்திற்குள்ளாக ஏதாவது ஒரு நாட்டைக் கண்டுபிடித்து, அதைப் போர்த்துகீசிய அரசின் கட்டுப்பாட்டிற்குள் கொண்டுவர முயற்சி செய்தாக வேண்டும். அத்தோடு உலகம் முழுவதும் கிறிஸ்துவ மதம் வளர்வதற்கும் உதவி செய்தாக வேண்டும். இந்த இரண்டையும் தவிர அரசருக்காக ஒவ்வொரு தேசத்திலிருந்தும் ஆகச்சிறந்த பரிசுகளைக் கொண்டுவந்து தந்தாக வேண்டும். இவை முறையாகச் செயல்படுத்தப்படாவிட்டால் அந்த மாலுமி சிரச்சேதம் செய்யப்பட்டு விடுவார் என்று ஒப்பந்தத்தில் கையெழுத்து இடும் பழக்கம் இருந்தது. நாடு பிடிக்க உதவி செய்யும் மாலுமிகளோ உயர்ந்த பதவிகளும் சிறப்புப் பட்டங்களும் அளித்துக் கௌரவிக்கப்படுவார்கள்.

வாஸ்கோடகாமாவின் குடும்பமே அரசரின் விசுவாசிகளாக இருந்தனர். காமாவின் அப்பா ஒரு கடலோடியாக இருந்தார். அவர் வாசனைப் பொருட்கள் வணிகத்தில் அதுவரை ஏகோபித்து வந்த இஸ்லாமிய வணிகர்களின் விற்பனையை முறியடித்து, தான் ஒரு வணிக வழியை உண்டாக்குவதற்கு முயற்சி செய்து கொண்டிருந்தார். அதற்கு அரசின் சிறப்பு உதவிகளும் கிடைத்தது. ஆனால், கடற்பயணம் துவங்குவதற்கு முன்பாகவே அவர் எதிர்பாராத உடல் நலக்குறைவால் இறந்து போனார். இந்தச் சம்பவத்தின் காரணமாக இளைஞராக இருந்த வாஸ்கோடகாமாவும் அவரது சகோதரரும் பயணத்தை முன்னின்று நடத்தும்படி கட்டளை பிறப்பிக்கப்பட்டார்கள். நான்கு கப்பல்களுடன் வாஸ்கோடகாமா புதிய கடல்வழியைத் தேடி புறப்பட்டார்.

கேப்ரியல் என்ற அவரது கப்பல் 178 டன் எடை கொண்டது. 27 மீட்டர் நீளமும் 8.5 மீட்டர் அகலமும் கொண்டது. இந்தக் கப்பலில் 150க்கும் மேற்பட்டவர்கள் பணியில் இருந்தார்கள். பல்வேறு குற்றங்களுக்காகச் சிறையில் அடைக்கப்பட்டிருந்த குற்றவாளிகளில் இருந்து, உடல் உழைப்பு மேற்கொள்ளக் கூடிய இருபது பேரையும் வாஸ்கோடகாமா தனது கப்பலில் வேலையாட்களாகத் தேர்ந்தெடுத்துக் கூட்டிச் சென்றார். இந்தக் குற்றவாளிகள் ஆபத்து நேரத்தில் கடலில் குதித்து வேலை செய்யவும், எதிர்பாராதச் சூழலில் உயிர்பலி கொடுக்கவும் பயன்படுத்தப்பட்டார்கள்.

ரபேல் என்ற இன்னொரு கப்பலில் வாஸ்கோட காமாவின் சகோதரன் பயணம் மேற்கொண்டார். அந்தக் கப்பலில் பீரங்கிகள் பொருத்தப் பட்டிருந்தன. மூன்றாவது கப்பலான செயிண்ட் மிகேலை நிகோல

கோலா என்ற மாலுமி வழி நடத்தினார். நான்காவது கப்பல் முழுவதும் பயணத்திற்குத் தேவையான உணவுப் பொருட்கள் மற்றும் சரக்குகள் ஏற்றப்பட்டிருந்தன. கப்பல் பயணம் மூன்று ஆண்டுகள் வரை தொடர்வதற்குத் தேவையான அளவு பொருட்கள் அந்தக் கப்பலில் ஏற்றப்பட்டிருந்தன. 1497ம் ஆண்டு ஜூலை 18ம் தேதி கப்பல் லிஸ்பன் துறைமுகத்தை விட்டுப் புறப்பட்டது.

ஆறுமாத பயணத்தின் பிறகு, கப்பல் தென்னாப்பிரிக்காவிற்குள் நுழைந்தது. அங்குள்ள ஆதிக்குடிகள் இந்தக் கப்பலில் இருந்தவர்களைக் கரை இறங்க விடாமல் தடுத்து சண்டையிட்டனர். கப்பலில் இருந்த பீரங்கியின் உதவியால் அந்த ஆதிவாசிகளைக் கொன்று குவித்துவிட்டு, சிலரை கைதியாகவும் பிடித்துக்கொண்டு அங்கு கிடைத்த செல்வத்தோடு வாஸ்கோடகாமா புறப்பட்டார்.

அங்கிருந்து மொசாபிக் வந்தபோது, வழியில் ஒரு வணிகக் கப்பல் ஒன்றை அவர்கள் சந்தித்தார்கள். இஸ்லாமிய வணிகர்களின் அந்தக் கப்பலை மடக்கி அந்தக் கப்பலில் இருந்தவர்களைத் தந்திரமாகத் தாக்கி கொன்றுவிட்டு வணிகப் பொருட்களைத் தங்கள் வசமாக்கிக் கொண்டு, கப்பலைத் தீவைத்து எரித்துவிட்டு தனது கடற்பயணத்தைத் தொடர்ந்தார் வாஸ்கோடகாமா. கடல் கொந்தளிப்பும் முறையான வழி தெரியாத பயணமுமாகக் கடலில் சுற்றியலைந்த அவர்கள் முடிவில் இந்தியாவிற்கான கடல்பாதை ஒன்றைக் கண்டுபிடித்தார்கள். அந்த வழியாக உள்ளே நுழைந்து, கேரளாவின் கலிகட் துறைமுகத்தில் வந்து தங்கள் கப்பல்களை நிறுத்தினார்கள்.

அப்போதைய கேரள அரசரின் வீரர்கள் கப்பலில் இருந்து யாரும் கரை இறங்கி வரக்கூடாது என்று தடுத்து கப்பலைத் தொலைவிலே நிறுத்த ஆணையிட்டார்கள். வாஸ்கோடகாமா தன்னிடமிருந்த கறுப்பு அடிமைகள் சிலரை மட்டும் ஒரு படகில் ஏற்றி அரசரிடம் தனது வருகையைப் பற்றி எடுத்துச் சொல்லும்படியாக அனுப்பினார். அந்தக் கறுப்பர்கள் மூர் இனத்தைச் சேர்ந்தவர்கள்.

அன்று பல முக்கியத் துறைமுகங்களில் மூர்கள் வணிகக் கூலிகளாக இருந்த காரணத்தால் வாஸ்கோடகாமாவோடு வந்த மூர்கள் அவர்களோடு பேசுவது சுலபமாக இருந்தது. சபைக்கு அழைத்து வரப்பட்ட மூர்கள் சொன்ன தகவல்களின் படி அரசர் அவர்களைச் சந்திக்க அனுமதி தந்ததோடு தனது அமைச்சர்கள் இரண்டு பேரை அனுப்பி முன்னதாகக் கப்பலைச் சோதனையிடச் செய்தார்.

வாஸ்கோடகாமாவும் பதிமூன்று மூர்களும் அரசரைக் காண்பதற்காகக் கரைக்குச் சென்றார்கள். வாஸ்கோடகாமா ராணுவத் தளபதியை போலக் கம்பீரமாக உடையணிந்து சென்றார். பல்லக்கில் கொண்டு செல்லப்பட்ட அவர்களை ஊரே வேடிக்கை பார்த்தது. அரசர் தனது சிம்மாசனத்தில் அமர்ந்தபடியே அவர்கள் யார், எதற்காக வந்திருக்கிறார்கள் என்ற தகவலை கேட்டார்.

வாஸ்கோடகாமாவிற்கு அந்த அரச சபை ஆச்சரியம் தருவதாக இருந்திருக்கிறது. அரசர் சட்டை அணியாமல் ஒரு பட்டு அங்க வஸ்திரம்

மட்டும் அணிந்திருந்தது, அவர் அடிக்கடி வெற்றிலைப் போட்டுக் கொள்வது, தாம்பூலச் சக்கையை உமிழ்வதற்காக ஒரு ஆள் கிண்ணத்தை ஏந்திக் கொண்டு ஓரமாக நிற்பது, பெண்கள் நிறைய அணிகலன்கள் அணிந்திருப்பது யாவும் காமாவிற்கு வியப்பாக இருந்தது. வாஸ்கோடகாமா தான் அவரைத் தனி அறையில் சந்தித்துப் பேச விருப்பப்படுவதாகச் சொன்னதும், அரசர் அதற்குச் சம்மதம் தெரிவித்து, அதற்கு முன்னதாக அவர் சாப்பிடுவதற்குப் பழங்கள் கொண்டு வந்து தரச் சொன்னார்.

தேனும் பலாப்பழமும் கொண்டு வந்து தந்திருக்கிறார்கள். காமா ஒரு துண்டு பலாச்சுளையைத் தேனில் தொட்டு சாப்பிட்டுவிட்டு அது போன்ற பழத்தை வாழ்நாளில் தான் சாப்பிட்டதேயில்லை என்று புகழ்ந்து தனது நாட்குறிப்பில் எழுதியிருக்கிறார்.

அரசர் இன்னொரு அறையில் ஒரு சிம்மாசனத்தில் காத்திருந்தபோது, காமா அந்த அறைக்கு அனுமதிக்கப்பட்டார். அறையில் நெய் விளக்குகள் எரிந்து கொண்டிருந்தன. அரசர் காமா ஏதாவது கடிதம் கொண்டு வந்திருக்கிறாரா என்று கேட்டார். அதற்குக் காமா தான் போர்த்துகீசிய அரசின் தூதுவன் என்றும் கடல் மார்க்கத்தைக் கண்டுபிடிப்பது தனது வேலை என்றும் போர்த்துகீசிய அரசன் மிகவும் செல்வாக்கு ஆனவன் என்று புகழ்ந்து சொல்லியிருக்கிறார். மன்னர் அவரது வருகையைத் தான் ஏற்றுக் கொள்வதாகவும், சில தினங்கள் தனது விருந்தினராகத் தங்கியிருந்த பிறகு மற்ற விசயங்கள் பற்றிப் பேசலாம் என்று விடை கொடுத்து அனுப்பி வைத்தார்.

அன்றிரவு வாஸ்கோடகாமா கப்பலுக்குச் செல்ல அனுமதிக்கப் படவில்லை. கொட்டாரம் ஒன்றில் தங்க வைக்கப்பட்டார். இரண்டு நாட்கள் அவர் வீட்டுச் சிறையில் வைக்கப்பட்டதைப் போல வெளியே செல்ல அனுமதிக்கப் படவில்லை. அந்த நாட்களில் அரசரின் ஆட்கள் கப்பலைச் சோதனையிட்டு அங்கே என்ன பொருட்கள் இருக்கின்றன. என்ன வகையான ஆயுதங்கள் இருக்கிறது என்ற தகவல்களை அரசரிடம் தெரிவித்தனர். மூன்றாம் நாள் அரசர் தன்னைச் சந்திக்கும்படியாக காமாவிற்கு ஆள் அனுப்பினார்.

காமாவும் அரசருக்கு பரிசளிப்பதற்காக 12 அலங்கார விளக்குகள், 4 தூப கலயங்கள், 6 தொப்பிகள், 4 கை அலம்பும் கிண்ணங்கள், இரண்டு முகம்பார்க்கும் கண்ணாடி, ஒரு பெட்டி நிறைய சீனி மற்றும் இரண்டு குடுவை எண்ணெய்கள் இரண்டு புட்டி தேன் ஆகியவற்றை எடுத்துக் கொண்டு அரசரை காண்பதற்காகப் புறப்பட்டார்.

காமாவோடு துணைக்குச் சென்ற மூர்கள் இதுபோன்ற பொருட்களை அரசர்கள் ஒரு போதும் ஏற்றுக் கொள்வதில்லை. தங்கம் அல்லது வைரம் போல ஏதாவது பரிசாகக் கொடுங்கள் என்று சொன்னார்கள். அதற்குக் காமா தன்னிடம் தங்கம் கிடையாது. இந்தப் பொருட்களை ஏற்றுக் கொள்வதும் மறுப்பதும் அரசரின் விருப்பம் என்றபடியே அவரைக் காண்பதற்காகச் சென்றார்.

மூர்கள் சொன்னது போலவே இந்தப் பரிசு பொருட்களைக் கண்ட அரசர் மிகுந்த கோபப்பட்டு அவற்றைத் தூர எறியும்படியாகச் சொல்லியபடி காமாவிடம் போர்த்துக்கீசிய அரசர் மிகுந்த செல்வாக்கு படைத்தவர் என்று சொன்னீர்களே இதுதானா அவர் அளிக்கும் பரிசு. தங்கம் வைரம் போன்றவற்றை எங்கே ஒளித்து வைத்திருக்கிறீர்கள் என்று கேட்டார். அதற்கு வாஸ்கோடகாமா தன்னிடம் தங்கம் எதுவுமில்லை. தான் கடல் மாலுமி என்று சமாதானம் சொன்னபோது அரசர் அவர்கள் கப்பலில் தங்கத்தில் செய்த சிலை ஒன்று இருக்கிறதே என்று சொன்னார்.

அதைக் கேட்ட காமா அது மேரியின் திருவுரு சிலை. அது வழிபாட்டுக்கு உரியது. மேலும் அது தங்க சிலை அல்ல தங்கப்பூச்சு கொண்டது என்றார். இந்தப் பதிலால் ஏமாற்றம் அடைந்த அரசர் அவர் எதற்காகக் கடல்வழிகளைத் தேடி அலைகிறார் என்று கேட்டதும், காமா வணிக நோக்கத்திற்காகவும் கிறிஸ்துவ மதத்தைப் பரப்புவதற்காகவும் என்று பதில் சொன்னார். எது போன்ற வணிகப் பொருட்கள் என்று அரசர் திரும்பக் கேட்க, காமா நறுமணப் பொருட்கள் மற்றும் தந்தம், சந்தனம், அகில் எனச் சொல்லியதும் அந்தப் பொருட்களின் மாதிரி உங்கள் கப்பலில் இருக்கிறதா என்று கேட்டார்.

காமா அதைத் தான் எடுத்துவந்து நாளை காட்டுவதாகச் சொன்னதும், இல்லை நீங்கள் அந்தப் பொருட்கள் வந்து சேரும் வரை இந்த அறையை விட்டு வெளியே போக முடியாது என்றபடியே கப்பலில் இருந்த பொருட்களைக் கைப்பற்றிக் கொண்டுவரும்படியாக ஆள் அனுப்பி வைத்தார் அரசர். இரண்டு நாட்களுக்குப் பிறகு காமா கப்பலுக்கு அனுப்பி வைக்கப்பட்டார். அன்றிரவே அவர்கள் கடல் எல்லையைத் தாண்டிப் போய்விட வேண்டும் என்ற உத்தரவும் பிறப்பிக்கப்பட்டது.

மிகுந்த ஏமாற்றமும் அவமானமுமாகக் கலிகட்டை விட்டு வெளியேறிப் போனார் வாஸ்கோடகாமா. ஆனாலும் அந்த முதல்பயணம் அவரை லிஸ்பனில் பெரிய வெற்றி வீரராக உயர்த்தியது. பட்டமும் பதவியும் கிடைத்தது. தனது இரண்டாவது பயணத்திற்காக 20 கப்பல்களுடன் இந்தியா வந்தார் வாஸ்கோடகாமா.

இந்தப் பயணத்தில் அவர் கேரளாவின் கலிகட் துறைமுகத்தைத் தனது படைகளோடு தாக்கி நகரையே சூறையாடி தீவைத்து எரித்தார். அங்கிருந்து கோவாவிற்குப் புறப்பட்டுச் சென்று கோவாவில் போர்த்துகீசிய ஆட்சியை ஏற்படுத்தினார். அந்தக் கடற்பயணம் அவருக்கு மிகையான செல்வத்தையும், அதிகாரத்தையும் ஏற்படுத்தித் தந்தது. லிஸ்பன் திரும்பிய அவரை இந்தியாவின் வைஸ்ராயாக அறிவித்தது போர்த்துகீசிய அரசு.

அதன்பிறகு போர்த்துகீசிய வணிக முயற்சிகள் பெரிதாக வளரத் துவங்கின. மூன்றாவது முறையாக இந்தியாவிற்குக் கடற்பயணம் வந்த வாஸ்கோடகாமா 1524ம் ஆண்டு டிசம்பர் 24 கொச்சினில்

மரணமடைந்தார். காமாவின் வாரிசுகள் அதன்பிறகு போர்த்துக்கீசிய அரசால் கௌரவிக்கப்பட்டார்கள். வாஸ்கோடகாமா கண்டுபிடித்த இந்தியாவிற்கான கடற்வழியைப் பலரும் பயன்படுத்தத் துவங்கினர்.

காலனிய ஆட்சியின் காலம் நம்மை விட்டு மறைந்து போய்விட்டது. ஆனாலும், போர்த்துக்கீசியர்கள் அறிமுகம்செய்த 300க்கும் மேற்பட்ட தாவரங்கள், உணவுப்பொருட்கள் இன்றும் நமது அன்றாட உணவுப் பட்டியலில் இடம் பெற்றுக் கொண்டுதானிருக்கின்றன. உருளைக்கிழங்கு, தக்காளி, அன்னாசி, பப்பாளி, கொய்யாப்பழம், மிளகாய் வற்றல், மரச்சீனிக்கிழங்கு, சப்போட்டா பழம் உள்ளிட்ட யாவும் போர்த்துக்கீசியர்கள் அறிமுகம் செய்த பொருட்கள் தான்.

வாஸ்கோடகாமாவின் நினைவாக லிஸ்பனில் சிலைகளும், விமான நிலையமும் ஏற்படுத்தப்பட்டிருக்கின்றன. கொச்சினிலும் காமாவின் நினைவாக ஒரு தேவாலயமும் பாலமும் உள்ளது. காலத்தின் ஒதுங்கி நிற்கும் ஒரு திட்டைப் போல வாஸ்கோட காமாவின் நினைவுகள் சரித்திரத்தில் ஒதுங்கி நிற்கின்றன. காலம் எப்போதும் போலவே தனது தீராத கேள்விகளால் சரித்திரத்திரத்தை மீள் ஆய்வு செய்தபடியே தான் உள்ளது.

ALBUQUERQUE CAESAR OF THE EAST

Edit & Trans T.F. Earle and John Villiers 1982,

University of Cambridge. London.

# 5.அல்பெரூனி
# சரித்திரத்தின் சாட்சி

வரலாற்று ஆசிரியனின் பிரதான வேலை கடந்த காலத்தைப் புரிந்து கொள்வதாகும். கடந்த காலத்தின் உண்மைகளைக் கண்டறிவது எளிதானதில்லை. எது புனைவு எது நிஜம் என்று துல்லியமாகப் பிரிக்க முடியாதபடி இரண்டும் ஒன்று கலந்துவிட்ட நிலையில், ஆதாரங்களாலும் அனுமானங்களாலும், தீவிர தேடுதல்களாலும் மட்டுமே சரித்திரத்தைப் புரிந்து கொள்ள முடியும்.

அதிலும் சமகால மதவாத அரசியலைப் பொறுத்தவரை அவர்களின் முக்கிய இலக்குச் சரித்திரத்தை தன் இஷ்டம்போல வளைப்பதும் இல்லாத சான்றுகளை உருவாக்கி கொள்வதுமேயாகும். சரித்திர ஆசிரியன் சார்பு உடையவனாக இருக்கும் பட்சத்தின் ஒரு தலைமுறையின் அடிப்படை அறிவே தவறான வழியில் கொண்டு செலுத்தப்பட்டு விடக்கூடும். ஆகவே, இன்று சரித்திரத்தைத் தேர்ச்சி கொள்வது ஒவ்வொரு சாதாரண மனிதனுக்கும் அடிப்படைத் தேவையாகி விட்டது.

இந்தியச் சரித்திரம் பிரதானமாகவே அரசர்களின் வம்சாவழியை விவரிக்கின்றதேயன்றி, அடித்தட்டு மக்களின் வாழ்வியலை விவரிப்ப தில்லை. அதிலும் காலவரிசை படுத்தப்பட்ட மன்னர்களின் வாழ்க்கைக் குறிப்புகளைத் தவிரச் சமூக மற்றும் பண்பாட்டுத் தளங்களில் ஏற்பட்ட மாற்றங்களை நாம் சரித்திரத்திலிருந்து அறிந்து கொள்ள முடிவதில்லை.

இன்று தொடர்ந்து நடைபெற்று வரும் மீள் ஆய்வுகள் ,சரித்திரத்தின் இடைவெளிகள் மற்றும் இருண்ட பகுதிகளை வெகு நுட்பமாகத் தத்துவப் பின்புலத்தோடு ஆராய்கின்றன. இதன் விளைவாக இதுவரை நாம் நம்பி வந்த மரபான சரித்திர விபரங்கள் எந்த அளவு புனைவு என்பதை விவரிப்பதோடு, அதன் அடியில் ஒளிந்திருந்த உண்மையும் வெளிப்படுத்தப்படுகின்றது.

அவ்வகையில் இந்திய வரலாற்றை அறிந்து கொள்ள விரும்புகிறவர்களுக்கு டி.டி.கோசாம்பியும், ரோமிலா தாபரும் முன்னோடிகளாக உள்ளார்கள். இவர்களின் ஆய்வியல் நெறியின் படி முன்வைக்கப்படும் இந்திய சரித்திரம் நாம் நம்பிவந்த இந்திய சரித்திரத்தின் பகட்டை, போலித்தனத்தைத் துல்லியமாக வெளிப்படுத்துகின்றது. சரித்திரத்தை முன்வைத்து சமகால அரசியலில் நடைபெற்று வரும் சர்ச்சைகளையும் மதவெறியையும் காணும் போது மரபான இந்திய சரித்திரம் என்பதே பெரும் புனைவு அடுக்காகவே தோன்றுகிறது. சரித்திர சாட்சிகளாக இருப்பவை கல்வெட்டுகள் மற்றும் சரித்திர குறிப்புகள்.

சரித்திர குறிப்புகள் அந்தந்த மன்னர்களால் எழுதப்பட்டுமிருக்கின்றன. சிலவேளைகளில் யாத்திரிகர்களாலும், இலக்கியத்தின் வழியாகவும் பதிவு செய்யப்பட்டுள்ளது. உதாரணமாக சாகுந்தலத்தை வாசிக்கும் ஒருவன் அதன் கவித்துவத்திற்கு அப்பால் அன்று நிலவிய இந்தியச் சமூகத்தையும், அதன் பல்வேறு வாழ்வியல்களையும் அறிந்துகொள்ள முடியும். இப்படிச் சரித்திரம் நேரடியாகவும், மறைமுகமாகவும் தன்னை வெளிப்படுத்திக் கொண்டு வருகிறது.

இன்று வரை இந்திய சரித்திரத்தில் சர்ச்சைக்கு உள்ளாகி வரும் ஒரு நபர் கஜினி முகமது. ஆப்கானிஸ்தானத்தைச் சேர்ந்த இவர் இந்தியா மீது 17 முறை படையெடுத்து வந்திருக்கிறார். இந்தியாவில் இருந்த கோயில்களை அழித்து தெய்வ விக்ரகங்களை நொறுக்கி ஏராளமான செல்வங்களைக் கொள்ளையிட்டுச் சென்றவர் என்று ஆரம்ப வகுப்பு சரித்திரப் பாடங்களில் கூட இவரைப் பற்றிய குறிப்புகள் உள்ளன.

பனிரெண்டாயிரம் குதிரைப் படை வீரர்கள் மற்றும் முப்பதாயிரம் காலாட்படை வீரர்களோடு சோமநாத் பூரை நோக்கிப் படையெடுத்து வந்து, அக்கோயிலைச் சூறையாடி விக்ரகத்தை நொறுக்கி அங்கிருந்த தங்கத்தையும் வெள்ளியையும் அள்ளிக் கொண்டு போனதையும் அந்தக் கோயில் பணிக்கான இருந்த ஆயிரக்கணக்கானவர்களைக் கொன்று குவித்ததையும் பற்றியும் சரித்திரக் குறிப்புகள் கூறுகின்றன. இந்தியச் சரித்திரத்தின் கறுப்புப் புள்ளியாக விவரிக்கப்படும் கஜினி முகமது

பாகிஸ்தானின் சரித்திரத்தில் வலுவான இஸ்லாமிய சாம்ராஜ்யத்தை உருவாக்குவதற்குப் பாடுபட்ட வீர புருஷராக வர்ணிக்கப்படுகிறார். இந்திய சரித்திரம் கஜினியைக் கொலையாளியாகவும் ,ஈவு இரக்கமற்ற கொள்ளைக் காரனாகவும் சித்திரிக்கிறது. பாகிஸ்தானின் சரித்திரமோ வீரபுருஷனாகக் கொண்டாடுகிறது. அத்தோடு சமீபத்தில் பாகிஸ்தான் தனது ஏவுகணைகளில் ஒன்றிற்குக் கஜினி என்று பெயர் சூட்டி கௌரவித்திருக்கிறது என்றால் எது உண்மையான சரித்திரம்? சரித்திரத்தின் இந்தச் சர்ச்சைக்கு சாட்சியாக இருந்தது யார்?

கஜினி முகமதுவின் படைகளோடு இந்தியாவிற்கு வந்து சமஸ்கிருதம், பாலி பிராகிருதம் உள்ளிட்ட பல முக்கிய மொழிகளைக் கற்றுக்கொண்டு, பன்னிரண்டு வருடங்கள் இந்தியாவில் வாழ்ந்து வந்த அல்பெரூனிதான் இந்தச் சரித்திர நிகழ்விற்குச் சாட்சியாக இருந்திருக்கிறார்.

அபு ரெஹான் முகமது பின் அகமது அல்பெரூனி எனும் அல்பெரூனி தற்போது உஸ்பெஸ்கிஸ்தானில் உள்ள கிவா என்ற பகுதியில் 973ல் பிறந்தவர். வானவியலிலும், கணிதத்திலும் ஆர்வமான அவர் லத்தீன், கிரேக்கம் போன்ற மொழிகளில் விற்பன்னராகவிருந்த காரணத்தால் கஜினியின் சபையில் பணியாற்றியிருக்கிறார்.

கஜினி முகமது இந்தியாவின் மீது படையெடுத்து வந்தபோது, அவரது படையோடு இந்தியாவிற்கு வந்த அல்பெரூனி கலாச்சாரத் தூதுவராகத் தான் இங்கேயே தங்கி கொள்ளப் போவதாக மன்னரிடம் அனுமதி பெற்று இந்திய மொழிகளைக் கற்றுக்கொள்ளத் துவங்கி யிருக்கிறார்.

சமஸ்கிருதம், பாலி, பிராகிருதம் போன்ற மொழிகளைக் கற்றுக் கொண்ட காரணத்தால் வேதமும் உபநிஷத்துகள் மற்றுமின்றி அன்று இந்தியாவில் இருந்த கணிதம் மற்றும் வானவியல், தத்துவம் குறித்த முக்கிய நூல்கள் யாவையும் நேரடியாக வாசித்துப் புரிந்து கொண்டதோடு சில முக்கிய நூற்களை அரபியில் மொழியாக்கமும் செய்திருக்கிறார்.

நாற்பதுக்கும் மேற்பட்ட நூற்களை எழுதியுள்ள அல்பெரூனி இந்தியாவில் தான் கண்டறிந்த விஷயங்கள் குறித்து வெகு துல்லியமாக எழுதியது தான் அல்பெரூனியின் இந்தியா. இந்த நூலில் பத்தாம் நூற்றாண்டில் இருந்த இந்திய வாழ்வு அதன் பல்வேறு தளங்களோடு பதிவு செய்யப்பட்டுள்ளது. இன்று வரை பல சரித்திர ஆசிரியர்கள் தங்களது ஆய்விற்கு மூல புத்தகங்களில் ஒன்றாக அல்பெரூனியின் புத்தகத்தைக் குறிப்பிடுகிறார்கள். கஜினி முகமது இந்தியாவில் இருந்த கோயில்களைக் கொள்ளையிட்டதைப் பற்றி விரிவாகக் குறிப்பிடும் அல்பெரூனி சற்றே மிகையாக அல்லது அவர் அன்று அறிந்த செய்திகளாகக் கொள்ளையடிக்கப்பட்ட செல்வத்தின் மதிப்பைக் குறிப்பிடுகிறார். ஆனால், சோமநாத்பூரின் படையெடுப்பு பற்றி அதிக அளவு விபரங்களை அவரும் பதிவு செய்யவில்லை. அவர் பதிவு

செய்திருப்பது அதுபோன்ற ஒரு நிகழ்வு நடைபெற்றது அங்கிருந்து தங்கமும் வெள்ளியும் கொள்ளையிடப்பட்டது என்பது போன்ற விபரங்களை மட்டுமே.

சரித்திரத்தில் இந்து கோயில்களை அழித்து ஒழித்த இஸ்லாமியர்களின் வெறிச்செயலுக்குச் சான்றாக அடையாளம் காட்டப்படும் சோமநாத்பூர் கோயில் பற்றி ரோமிலா தாபர் மிகச் சிறப்பான ஆய்வை மேற்கொண்டு, ஒரு புத்தகமாக வெளியிட்டிருக்கிறார். (Somanatha : The Many Voices of a History by Romila Thapar, Viking. New Delhi).

அந்த ஆய்வில் சோமநாத்பூரை பற்றிய ஆராய்ச்சி என்பது உண்மையைப் பல தளங்களில் அணுகித் தெரிந்து கொள்வது எனக்கூறும் ரோமிலா தாபர் சமஸ்கிருத ஏடுகள், ஜைன சமய சரித்திரம், அல்பெரூனியின் குறிப்புகள் மற்றும் துருக்கிய வம்சாவழி குறிப்புகள், பிரிட்டீஷ் சரித்திர ஆய்வு குறிப்புகள் என ஐந்துவிதமான ஆதாரங்களின் வழியே சோமநாத்பூர் பற்றிய சரித்திர உண்மைகளை வெளிப்படுத்துகிறார். அவரது ஆய்வின்படி, இந்தியாவில் கோயில்கள் கொள்ளையடிக்கப் படுவது கஜினியிடமிருந்து துவங்கவில்லை.

அது தொடர்ந்து மன்னர்கள் மேற்கொண்ட செயல் என்றும் சமண மதம் பல இடங்களில் சைவ சமயத்தோடு போட்டியிடுவதற்கு மன்னர்களைத் தூண்டி, இதுபோன்ற நடவடிக்கைகளை மேற்கொண்டிருக்கிறது என்று கூறுவதோடு கஜினியின் படையெடுப்பின் ஜைன கோயில்கள் அழித்து ஒழிக்கப்படவில்லை என்பதையும் அடையாளம் காட்டுகிறார்.

அத்தோடு மதமாற்றத்திற்காக இந்த அழிவுச்செயல் நடைபெறவில்லை. போரை முன்வைத்து புதிய வணிகச் சந்தையை உருவாக்க கஜினி முயன்றிருக்கிறார். அத்தோடு யுத்த செலவினங்களைச் சரி செய்யவும் தான் சன்னி வகையைச் சேர்ந்தவர் என்பதால் ஷியா பிரிவைச் சேர்ந்தவர்களை விடவும் தாங்கள் வீரர்கள் என்று மெய்ப்பிக்கவும் இதுபோன்ற நடவடிக்கை மேற்கொண்டதாகக் கூறுகிறார்.

சரித்திரத்தில் நடைபெற்ற இந்தச் சம்பவம் சமகால அரசியல் வரை முக்கியக் காரணியாக இருக்கக் காரணம் சோம்நாத்பூர் கோயில் பற்றிச் சொல்லப்பட்டு வரும் கற்பனை கதைகளும் அந்தக் கதைகளை நிஜம் போலாக்கியதுமே என்கிறார்.

குறிப்பாகச் சோமநாத்பூரை ஓர் இந்து அடையாளமாக உருவாக்கியது கே.எம்.முன்ஷி மட்டுமே. அவர் சோமநாத்பூரை பற்றி எழுதிய புத்தகம் தான் இதுபோன்ற மதத் துவேசத்திற்குக் காரணமாக அமைந்திருக்கிறது என்று குறிப்பிடுகிறார் ரோமிலா.

ரோமிலா தாபரின் ஆய்விலும், அல்பெரூனியின் இந்தப் புத்தகம் குறித்து விரிவாக எழுதியிருக்கிறார். அல்பெருனி இந்தியாவின் பராம்பரிய அறிவுமீது அதிக நம்பிக்கை கொண்டவராக யிருந்திருக்கிறார். குறிப்பாக இந்திய வானவியல் மற்றும் கணிதத் துறைகளில் இருந்த கோட்பாடுகள் அவரை மிகவும் கவர்ந்திருக்கின்றன.

ஆரியபட்டா, வராகமித்ரா போன்றோர்களின் அறிவியல் கோட்பாடுகளை அவர் அரபியில் மொழியாக்கம் செய்திருக்கிறார். அத்தோடு பதஞ்சலியின் யோக சூத்திரம் அவரை வெகுவாக ஈர்த்த காரணத்தால் அதையும் தனி நூலாக மொழி பெயர்த்திருக்கிறார்.

அன்றைய இந்திய வாழ்வில் இருந்த சாதிமுறை பற்றிய துல்லியமான விபரங்கள் அல்பெரூனியின் நூலில் காணமுடிகிறது. சாதிமுறை மக்களை எப்படி நடத்தியது, எப்படி அடித்தட்டு மக்கள் சாதி ரீதியாகப் பிரிக்கப் பட்டிருந்தார்கள், உயர்சாதி கொடுமை எப்படி நடந்தது போன்ற விபரங்களை அல்பெரூனி விரிவாக எழுதியிருக்கிறார். அத்தோடு, அன்று பெண்கள் எப்படி நடத்தப் பட்டார்கள், கோயில்கள் மற்றும் கட்டடக் கலை எப்படியிருந்தது, தத்துவத்தில் எந்த வகையான போக்குகள் இருந்தது, எது போன்ற தண்டனைகள் தரப்பட்டன என்பது போன்ற தகவல்களையும் அல்பெரூனியிடமிருந்து அறிந்துகொள்ள முடிகிறது.

அல்பெரூனி இஸ்லாமியர்களை விமர்சிக்கிறார். அவர் இந்தியாவைப் பற்றி மிகையான மதிப்பீடுகளை உருவாக்குகிறார் என்று ஒரு சாரரும், அல்பெரூனியே இந்தியாவின் பெருமைகளைப் பற்றிச் சொல்கிறார். ஆகவே, இந்தியா என்பது இந்துக்களின் அறிவு மற்றும் இந்து கலாச்சாரத்தால் வளர்ந்தது என்றும் இரண்டு விதமான விமர்சனங்கள் தொடர்ந்து இருந்து வருகின்றன.

யாவையும் மீறி தனது வாழ்வின் ஒரு பகுதியை பெஷாவர், காஷ்மீர், பனாராஸ் என இந்தியாவின் வேறு வேறு நகரங்களில் வாழ்ந்து சென்ற அல்பெரூனி தேர்ந்த கல்வியாளராகவும், அறிஞராகவும் இருந்திருக்கிறார் என்பதற்கு அவரது குறிப்புகளே சாட்சிகளாக உள்ளன.

Alberuni's India,

trans - E.C Sachau, L. P. Publications. New Delhi, 1993

# 6. ராபர்ட் பியரியின் துருவ சாகசம்.

"யாருமில்லாத பிரதேசத்தில்
என்ன நடந்து கொண்டிருக்கிறது?
எல்லாம்.."

என்று நகுலனின் ஒரு கவிதையிருக்கிறது. இந்தக் கவிதை யாருமில்லாத இடம் என்பதைப் பற்றி நீண்ட காலமாக மனித மனம் கொண்டுவரும் கற்பனையின் மீது இயங்குகிறது. யாருமில்லாத இடம் என்று ஒன்றை நாம் குறிப்பிடும்போது அங்கே நாம் ஒருவர் இருக்கிறோம் என்றாகி விடுகிறது இல்லையா? அதுபோன்ற அதர்க்க நிலையைப் பற்றிய ஒரு விசாரணையைத் தான் இந்தக் கவிதையும் மேற்கொள்கிறது. ராபர்ட் பியரிக்கும் இந்தக் கவிதைக்கும் நெருங்கிய தொடர்பிருக்கிறது. காரணம் யாருமற்ற இடம் என்று பல நூறு வருடமாக அடையாளம் காணப்பட்ட வடதுருவத்தினைத் தொட்டு திரும்பிய முதல் யாத்ரீகர் ராபர்ட் பியரி. 15ம் நூற்றாண்டில் கடல்வழிகள் கண்டுபிடிப்பதற்கு நாடுகளுக்கு ஏற்பட்ட போட்டியைத் தொடர்ந்து, இதுவரை மனித

காலடிகளே படாத துருவ பிரதேசங்களைக் கண்டறிய வேண்டும். அந்தப் பகுதியை தொட்டு வரும் மனிதனுக்கு மிக உயரிய பரிசுகளும், விருதும் அளிக்கப்படும் என்று இங்கிலாந்து பெல்ஜியம், பிரான்ஸ் போன்ற தேசங்கள் அறிவித்தன.

இந்த உத்வேகத்தால் பலரும் துருவப் பயணங்களை மேற் கொண்டனர். ஆனால், அவர்களில் எவரும் உயிரோடு ஊர் திரும்பவில்லை. பலரும் முறையான வரைபடங்களும் பயண ஏற்பாடுகளும் இன்றிப் பயணம் துவங்கியதால் வழியிலே இறந்து போனார்கள்.

இங்கிலாந்தின் எட்டாம் ஹென்றி மன்னர் 1527ம் ஆண்டு வடதுருவ பகுதியைக் கண்டறிந்து வருவதற்காக விசேச குழுவை அமைத்து அவர்களை விடைகொடுத்து அனுப்பி வைத்தார். அதன்படியே அந்தக் குழுவினரும் பயணம் மேற்கொண்டார்கள். அவர்களால் வடதுருவத்தினைச் சென்றடைய முடியவில்லை. ஆரம்பக் கட்டங்களைத் தாண்டுவதற்குள் பனிப்புயலில் சிக்கி இறந்து போயினர்.

முந்நூறு வருடங்கள் நூற்றுக்கணக்கான சாகச வீரர்கள் இந்தப் பயணத்திற்காகத் தனது உயிரைத் துறந்திருக்கிறார்கள். வடதுருவத்தில் யார் இருக்கிறார்கள், அங்கே என்ன நடக்கிறது என்பது யாரும் விடையளிக்க முடியாத பெரிய கேள்வியாகத் தொடர்ந்து கொண்டேயிருந்தது. மிகப் பிரபலமான வணிகர்கள் இதற்காகச் சாகச பயணக்குழுக்களை அமைத்து, வடதுருவத்தில் தங்களது வணிகத்தை நிறுவி விடலாம் என்று கூட முயற்சித்தார்கள். இதை விடவும் மிகவும் வேடிக்கையானது துருவப் பிரதேச பயணங்களுக்கு உதவுவதாகச் சொல்லி, பலரும் கண்டுபிடித்த கருவிகளும், யோசனைகளும் உபகரணங்களும் தான்.

1831ல் லிஸ்பன் நகரைச் சேர்ந்த ஓர் ஆய்வாளன் தான் ஒரு பீரங்கியை கண்டுபிடித்திருப்பதாகவும், அந்தப் பீரங்கியின் உள்ளே ஆளை வைத்துச் சுட்டால் அது துருவப் பிரதேசத்திற்குக் கொண்டு போய்ப் போட்டுவிடும் அப்படியொரு விசேசமான பீரங்கி அது என்றும் விளம்பரப்படுத்தினான். அதைச் சோதித்துப் பார்ப்பதற்காக ஒரு ஆளை லிஸ்பன் நகரின் உயர்ந்த இடமொன்றில் இருந்து பீரங்கியில் திணித்துச் சுட்டு பார்த்தார்கள். அவன் உடல் சிதறி அந்தக் கோட்டையின் மீது இருந்து விழுந்து இறந்ததைத் தவிர வேறு எந்த விந்தையும் நடக்கவில்லை.

இவரைப் போலவே இன்னோர் ஆர்வலர், தான் ஒரு புதிய மர அறுக்கும் கருவியைக் கண்டுபிடித்திருப்பதாகவும். இந்தக் கருவியின் உதவியைக் கொண்டு மரங்களை அமைத்து அந்த மரங்களைக் கொண்டு சுரங்கபாதை போல ஒன்று அமைத்துவிட்டால் பனியில் பயணம் செய்வது சுலபம் என்று அறிவித்தார். இன்னொரு வணிகரோ ஒரு மாயப்பொடியை பூசிக் கொண்டுவிட்டால் பனியால் உடல் குளிர்ச்சியடையாது என்று தான் கண்டுபிடித்திருப்பதாக விளம்பரம் செய்து ஏராளமான பணம் சம்பாதித்தார்.

இப்படி முந்நூறு வருட காலம் பலரையும் ஏமாற்றிய துருவ சாகசப் பயணத்திற்கு ராபர்ட் பியரி தயாரானபோது, அவர் முன்பு இந்தப் பழங்கதைகள் யாவும் ஊசலாடின. அமெரிக்காவைச் சேர்ந்த ராபரட் பியரி துருவப் பிரதேச பயணங்களில் இளவயது முதலே மிகுந்த ஆர்வம் காட்டி வந்தார். பல்வேறு சந்தர்ப்பங்களில் வடதுருவத்தை நோக்கிய பயணங்களை மேற்கொண்டு வடதுருவ முனையைத் தொட முடியாமல் பாதியில் திரும்பியிருந்தார்.

இதைப்பற்றி அறிந்த அமெரிக்க அதிபர் அவரது பயணத்திற்குத் தேவையான உதவிகள் அத்தனையும் செய்து தருவதாக அறிவித்தபிறகு, 1908ம் ஆண்டு வட துருவத்தைத் தேடிச் செல்லும் சாகசப் பயணத்தை மேற்கொள்ளத் துவங்கினார். இந்தப் பயணம் அவர் நினைத்ததுபோல எளிமையாக இல்லை. மிகப்பெரிய சவாலாக அமைந்தது.

23 பேர்களுடன் புறப்பட்ட இவரது பயணம் எட்டு மாதங்களுக்குப் பிறகு, வடதுருவத்தின் துவக்கத்தில் இருந்த ஈடா என்ற இடத்தை வந்து சேர்ந்தது. அந்தப் பகுதியே மிகக் கடுமையான பனிப்பொழிவு மிக்க இடமாக இருந்தது. எங்கு நோக்கினும் பனிப் பாறைகளும் பனித் திட்டுகளுமே இருந்தன. அந்தப் பகுதியில் வாழ்ந்து வரும் எஸ்கிமோக்களின் அன்பைப் பெற்று அவர்களில் சிலரை தங்களது பயணத்தின் வழிகாட்டிகளாக அழைத்துக் கொண்டார் பியரி. இதன் காரணமாகவே அவரால் வட துருவப் பகுதியின் உச்சியைத் தொட முடிந்திருக்கிறது.

ராபர்ட் பியரி தனது வடதுருவ பயண அனுபவம் பற்றிய இந்த நூலில் எஸ்கிமோக்களைப் பற்றி மிக விரிவாக எடுத்துச் சொல்கிறார். எஸ்கிமோக்கள் பனிப்பிரதேசத்தில் வாழ்பவர்கள். அவர்கள் ஸ்லெட்ஜ் எனும் பனிச் சறுக்கு வண்டி வைத்திருக்கிறார்கள் என்று பொதுவாக அவர்களைப் பற்றி நாம் அறிந்து வைத்திருப்பதற்கு அப்பால் அவர்களின் அன்றாட வாழ்வு மற்றும் நம்பிக்கைகள், சடங்குகள், குடும்ப வாழ்வு என்று எஸ்கிமோக்களின் இயல்பைத் துல்லியமாகச் சித்தரித்திருக்கிறார் பியரி.

எஸ்கிமோக்களின் குழந்தைகள் மிக வலிமையானவர்கள். அவர்கள் சீனர்களைப் போலக் குள்ளமாக உடல் அமைப்புக் கொண்டிருந்த போதும், வலிமையான உடல் தன்மை கொண்டவர்கள். எஸ்கிமோக்களின் பாஷைக்கு எழுத்து வடிவம் கிடையாது. அத்தோடு அவர்களது பேச்சு முறையும் மிக விசித்திரமானது.

அவர்களது மொழியில் ஒரு சொல் என்பது முடிவற்று செல்லக் கூடிய வாக்கியத்தைப் போன்றது. அதனால் அவர்கள் சொல்லை சிறிய சிறியதாக உடைத்துப் பயன்படுத்துகிறார்கள். அதை விடவும் சாதாரண மக்கள் பயன்படுத்துவதற்கு ஒரு பாஷையும், அறிவாளிகள் மற்றும் வயதானவர்கள் பேசுவதற்கு இன்னொரு பாஷையும் அவர்கள் மொழியில் இருக்கிறது. எஸ்கிமோக்கள் பனிவீடு கட்டுவதில் மிகுந்த விற்பன்னர்கள். எந்த எஸ்கிமோவாக இருந்தாலும் இரண்டு அல்லது மூன்று குழந்தைகளுக்கு மேல் பெற்று கொள்வதில்லை.

அதுபோலவே மனைவியைப் பிடிக்கவில்லை என்றால் எனது பனிவீட்டில் நீ உறங்குவதற்கு இடமில்லை என்று கணவன் சொல்லிவிட்டால் போதும் மனைவி அவனைப் பிரிந்து விலகிப் போய்விடுவாள். அதுபோன்ற நேரங்களில் குழந்தைகளைக் கவனிப்பது ஆண்களின் பொறுப்பாகிவிடும்.

எஸ்கிமோ ஒருவர் இறந்து போய்விட்டால் அவருக்கு நல்ல ஆடைகள் உடுத்தி, அவரது வேட்டைக் கருவிகள் மற்றும் தண்ணீர் குவளை யாவற்றோடும் சேர்ந்து புதைத்து விடுவார்கள். காரணம் இறந்து போனவர் மேல் உலகத்திற்குச் செல்லும்போது இவை எல்லாம் தேவைப்படும் என்ற நம்பிக்கை அவர்களிடையே இருக்கிறது. இதுபோலவே வயதானவர்கள் இறந்து போய்விட்டால் அவர்களால் வான் உலகில் இருட்டில் நடக்கத் தெரியாது என்று சிறிய கல்விளக்கையும் உடன் வைத்துப் புதைத்து விடுவார்கள்.

அப்படி ஒருவர் இறந்து போய்விட்டால் உடனடியாக அதே பெயரில் அந்த இனக்குழுவில் உள்ள யாவரும் தனது பெயரை மாற்றிக் கொண்டு விடுவார்கள். இனி அந்தப் பெயர் புதிதாகப் பிறக்கும் குழந்தைக்கு மட்டுமே சூட்டப்படும். அதுபோல எஸ்கிமோக்கள் தங்களை மூதாதையர்கள் ஆவிகளாக வந்து வழிகாட்டுகிறார்கள் என்று நம்புகின்றவர்கள். அதனால் எங்காவது பனிப்புயலில் மாட்டிக் கொண்டாலோ, வேட்டையின்போது வழிதவறிப் போனாலே மூதாதையரின் ஆவி தன்னைச் சரியாக வழிநடத்தி மீண்டும் இருப்பிடத்திற்குக் கொண்டு வந்துவிடும் என்று நம்புவதோடு அவர்களோடு தொடர்ந்து உரையாடிக் கொண்டும் வருவார்கள்.

எஸ்கிமோக்கள் உழைப்பிற்கு அஞ்சுவதேயில்லை. ஆனால், அவர்கள் தங்களது உழைப்பு அங்கீகரிக்கப்பட வேண்டும் என்று விரும்புகின்றவர்கள். அதனால் சிறு சிறு பாராட்டுகளும், பரிசுகளும் தரப்படாதபோது அவர்கள் நம்பிக்கை இழந்து விடுவார்கள்.

அதுபோல வாக்குறுதி தந்துவிட்டு அதை நிறைவேற்றாமல் விட்டுவிட்டால் அதை எஸ்கிமோக்களால் தாங்கிக் கொள்ளவே முடியாது என்று மிக நுட்பமாக அவர்கள் வாழ்வைப் பதிவு செய்திருக்கிறார் பியரி. வட துருவ சாகசபயணம் எஸ்கிமோக்களின் துணையோடு தான்

நிறைவேறியது. பனிப்புயலும் உடல்நலக் கோளாறுகளும் பியரியோடு வந்தவர்களை முடக்கிப் போட்டுவிட, தனியாக பியரி வடதுருவத்தின் முனையை நோக்கி நாய்கள் இழுத்துப் போகும் பனிச்சறுக்கு வண்டியில் பயணம் மேற்கொண்டார். பாரம்பரியமாக எஸ்கிமோக்கிள் பனிச் சறுக்கு வண்டியின் அமைப்பைக் கொஞ்சம் மாற்றி பியரியே தனது தேவைக்கு ஏற்ப புதிய வடிவம் தந்திருந்தார்.

அந்த வண்டியில் நாய்களின் துணையோடு அவர் துருவப் பிரதேசத்தில் கடந்து போனபோது கண்ணுக்கு எட்டிய தூரம் வரை, பனியைத் தவிர ஏதுமேயில்லை. மித மிஞ்சிய பனிப்பொழிவு காரணமாக இரவில் உறக்கம் கொள்வது முறையாக இல்லை. அத்தோடு பனி எதையோ முணுமுணுத்துக் கொண்டிருப்பது போல ஒரு சப்தம் இடைவிடாமல் கேட்டுக் கொண்டேயிருந்திருக்கிறது. பின்னிரவில் ஏதோ ஒரு அசைவைக்கண்டு, நாய்கள் குரைக்கும் போதெல்லாம் பியரின் மனது இந்தப் பயணம் இத்தோடு முடிந்து விடப் போகிறது என்றே தோன்றியிருக்கிறது.

ஆனால், எல்லாத் தடைகளையும் மீறி அவர் 1909 ம் ஆண்டின் ஏப்ரல் மாதத்தில் வட துருவ முனையை அடைந்தார். அந்தச் செய்தி அமெரிக்க வந்து சேர்ந்தபோது உலகமே ஆச்சரியமடைந்தது. பல மாதங்களுக்குப் பிறகு நாடு திரும்பிய ராபர்ட் பியரி துருவ சாகசத்திற்காக மிக உயரிய விருதுகளும், பதக்கங்களும் தந்து கௌரவிக்கப்பட்டார்.

ஆனால், ராபர்ட் பியரின் பயணம் சந்தேகங்களை உருவாக்கியது. 1908 ஆண்டு வட துருவ பிரதேசத்திற்குப் பயணம் செய்து கொடி நாட்டி வந்ததாகத் தன்னை அறிவித்துக் கொண்ட பிரடெரிக் குக், தான் ஒருவரே வட துருவத்தை முதலில் அடைந்தவர் என்று மறுப்பு குரல் எழுப்பினார். ஆனால், பிரடெரிக்கின் குறிப்புகள் அவர் வட துருவப்பகுதிக்கே செல்லவில்லை என்று நிரூபிக்கப்பட்டதால் ராபர்ட் பியரி ஒத்துக் கொள்ளப்பட்டார்.

இதன் பலவருடங்களுக்குப் பிறகு, சமீபமாக வட துருவ யாத்திரை செய்த குழு ராபர்ட் பியரி வடதுருவ முனையை அடையவில்லை. அதற்கு முப்பது கிலோ மீட்டர் முன்னதாகவே தனது கொடியை நாட்டி விட்டுத் திரும்பியிருக்கிறார் என்று கண்டுபிடித்தார்கள். என்றாலும் கூட பியரின் சாதனை வடதுருவ பயணத்தில் மிக முக்கியமானதே.

இந்தப் பயணத்தில் பியரி மிகவும் நன்றிக்குரியதாகக் குறிப்பிடுவது நாய்களையே. பனி நாய்கள் மிக வலுவானவை. அவை மாமிசம் தவிர வேறு எதையும் சாப்பிடாதவை. தண்ணீருக்குப் பதிலாக அவை பனிக்கட்டிகளை விழுங்கி விடக்கூடியவை. இந்த நாய்கள் பனி ஓநாய்களின் வழியில் தோன்றியவை என்பதால் அவற்றால் எவ்வளவு குளிரையும் எதிர் கொள்ள முடியும். அத்தோடு காற்றின் வேகம் மற்றும் பனிச்சரிவுகளை முன் உணர்ந்து செயல்பட முடியும். இவை யாவும் மட்டுமின்றி மிகுந்த எசமானன் விசுவாசம் மிக்கவை இந்த நாய்கள் என்று தனது பயணத்தின் தீராக் கடன் பற்றி பியரி நிறைய எழுதியிருக்கிறார் .

பியரின் பயணத்திற்குப் பிறகு, துருவப் பிரதேசங்களுக்குப் பல்வேறு ஆய்வு பணிகளுக்குச் செல்வது இயல்பாகி விட்டது. இன்றுள்ள நவீன வசதிகளும் உபகரணங்களும் இல்லாத காலத்தில் தன் விருப்பத்தின் பாதையில் முன்னேறி இயற்கையின் உச்சத்தைத் தொட்டு வந்த வகையில் பியரின் பயண அனுபவம் ஒரு நாவலை விடவும் மிகச் சுவாரஸ்யமாக இருக்கிறது.

தனது பயணம் முழுவதும் தான் கண்டது ,மனிதர்கள் எல்லா இயற்கை சூழலையும் எதிர் கொண்டு வாழக்கூடியவர்கள் என்பதே என்கிறார் ராபர்ட் பியரி. பயணம் கற்றுத் தரும் பாடம் என்று இதைச் சொல்லலாம்.

# 7. பௌத்த ஞானத்தைத் தேடி யுவான் சுவாங்

பள்ளிப்பாடப் புத்தகங்களில் பலரும் படித்து மறந்துபோன நூறு பெயர்களில் ஒன்று யுவான் சுவாங். சீன யாத்ரீகர் என்ற அடையாளத்துடன் கையில் ஒரு தோகை விசிறி, பருத்து வீங்கிய கழுத்து, வட்டமான முகம், வளைந்த புருவம், சிறிய உதடுகள், சற்றே உயரமான உடலமைப்புக் கொண்ட யுவான் சுவாங்கின் சித்திரத்தைப் பள்ளியின் சரித்திரப் புத்தகங்களில் கண்டிருக்கிறேன். அந்த நாட்களில் யுவான்சுவாங் பற்றிய அறிவு ஐந்து மார்க் கேள்விக்கான விடை மட்டுமே.

ஆனால், இந்திய சரித்திரத்தை ஆழ்ந்து கற்றுக்கொள்ளத் துவங்கிய போது, எளிதில் கடந்து போய்விட முடியாத ஆளுமை யுவான் சுவாங் என்பதை உணர்ந்தேன். பண்டைய இந்தியாவின் சித்திரத்தை அவரது எழுத்துக்களின் வழியாக நுட்பமாக அறிந்து கொள்ள முடிகிறது. யுவான் சுவாங் இந்தியாவின் கடந்த கால வாழ்வை, கலாச்சாரத்தை, அறிவை நுண்மையாகப் புரிந்து கொண்டு பதிவு செய்திருக்கிறார்.

நாடு பிடிக்கும் ஆசையில் ஆயிரக்கணக்கான மைல்கள் கடற்பயணம் மேற்கொண்டு, தனது அதிகாரத்தையும் பொருளாசையும் வெளிப்படுத்திக் கொண்ட வாஸ்கோடகாமா, கொலம்பஸ் போன்ற சாகசப் பயணிகளைப் போலின்றி, அறிவைத் தேடி பல்லாயிரம் மைல் தனியே பயணம் செய்து, இந்தியாவிற்கு வந்துசேர்ந்த புத்த துறவி யுவான் சுவாங்.

தனது வாழ்நாளில் பதினேழு வருடங்கள் அவர் பயணத்திலே கழித்திருக்கிறார். கழுதையிலும், ஒட்டகங்களிலும், மட்டக் குதிரையிலும், கால்நடையாக நடந்தும் இவர் கடந்து வந்த தூரம் இருபதாயிரம் மைல்களுக்கும் மேல் அதிகம். இந்தியாவைக் காண வேண்டும் என்ற ஆசை யுவான் சுவாங்கின் பதின்வயதில் வேர் விடத் துவங்கியது.

யுவான் சுவாங்கின் குடும்பம் பௌத்த மதத்தில் தீவிர பற்றுக் கொண்டது. அவரது அப்பா கன்பூசிய சிந்தனையில் தேர்ச்சிபெற்ற அறிஞர். யுவான்சுவாங்கின் சகோதரர்கள் பௌத்த துறவிகளாக இருந்தார்கள் ஆகவே, தத்துவமும் இலக்கியமும் சிறு வயதிலே அவருக்கு அறிமுகமானது.

தனது பனிரெண்டாவது வயதில் இளம் துறவியாகப் பௌத்த மடாலயத்தில் அனுமதிக்கப்பட்ட யுவான் சுவாங் அங்கே பௌத்த தத்துவமும் கன்ப்யூசியசின் சிந்தனைகளும் கற்றார். அதன் பிறகு அவர் பௌத்த அறிவுக்களஞ்சியம் என்று அழைக்கப்படும் 'தி கிரேட் லேனிர்ங் டெம்பிள்' என்ற மடாலயத்திற்கு அனுப்பப் பட்டார். இந்த மடாலயத்தில் ஐநூறுக்கும் மேற்பட்ட துறவிகளிருந்தார்கள். அவர்களது முக்கியப் பணி பௌத்த சமய ஏடுகளைச் சீன மொழியில் மொழியாக்கம் செய்வது.

அந்த நாட்களில் பெரும்பான்மையான பௌத்த ஏடுகள் பாலி மொழியில் இருந்தன. இந்தியாவிலிருந்து கிடைத்த சில ஏடுகள் சமஸ்கிருதத்திலும் இருந்தன. ஆகவே, சமஸ்கிருதம் மற்றும் பாலி மொழிகள் அறிந்த பௌத்த துறவிகள் தங்கள் வாழ்நாளை மொழிபெயர்ப்பு சேவைக்காகச் செலவு செய்தார்கள்.

பௌத்த சமய சூத்திரங்களையும், அறநெறிகளையும் கொண்ட ஏடுகளில் ஒன்றை மொழியாக்கம் செய்வதற்கு ஒரு துறவிக்கு ஏழு ஆண்டுகள் தேவைப்படும். அப்படி மொழி பெயர்க்கப்பட்ட பிரதிகளை மூத்த துறவிகள் பரிசீலனை செய்து பார்ப்பார்கள். பின்பு அந்த ஏடு அறிஞர் குழுவால் மூலப் பிரதியோடு ஒப்பீடு செய்யப்படும். முழுமையாகத் திருத்தம் செய்து ஏற்றுக் கொள்ளப்பட்ட பிறகு அந்த மொழிபெயர்ப்பை பிரதி எடுப்பதற்காக நாற்பது துறவிகள் வேலை செய்வார்கள்.

அவர்கள் ஏடுகளைப் பிரதி எடுத்துச் சீனாவில் இருந்த வெவ்வேறு மடாலயங்களுக்குப் பிரதிகளை அனுப்பி வைப்பார்கள். இப்படித் தங்கள் வாழ்நாள் சேவையாக மொழிபெயர்ப்பை மேற்கொண்ட துறவிகளின் நடுவில் பணியாற்றத் துவங்கிய யுவான் சுவாங் இந்தியாவைப் பற்றிக் கொஞ்சம் கொஞ்சமாக அறிந்து கொள்ளத் துவங்கினார்.

இதற்காக அவர் சமஸ்கிருத மொழி கற்றுக் கொள்ள விரும்பினார். நான்கு ஆண்டுகள் முழுமையாகப் பயிற்சி மேற்கொண்டு, சமஸ்கிருத விற்பன்னரானார். இதன் காரணமாக அவரால் பல முக்கிய ஏடுகளை எளிதாகச் சீன மொழியில் மொழிப்பெயர்க்க முடிந்தது. 629ம் ஆண்டு மடாலயத்தில் தங்கியிருந்த ஓர் இரவு இந்தியாவில் உள்ள கயாவில் புத்தர் ஞானம் பெற்ற போதி மரத்தின் அருகில் தான் பிரார்த்தனை

செய்து கொண்டிருப்பதாக யுவான் சுவாங்கிற்கு ஒரு கனவு வந்தது. அந்தக் கனவு தன் மனதில் நீண்ட நாட்களாகப் புதையுண்டு கிடந்த ஆசையின் வடிவம் என்பதைக் கண்டு கொண்டார் யுவான் சுவாங்.

ஆகவே, இந்தியாவிற்குப் பயணம் மேற்கொண்டு பகவான் புத்தர் பிறந்த இடத்தைக் கண்டு வர வேண்டும் என்பதோடு இந்தியாவில் இருந்து ஆயிரக்கணக்கான முக்கியப் பௌத்த ஏடுகளைச் சீனாவிற்குக் கொண்டு வர வேண்டும் என்றும் விரும்பினார். இந்த விருப்பத்தை அவரது மூத்த துறவிகள் ஏற்றுக் கொள்ளவில்லை. பல்லாயிரம் மைல் பயணம் செய்து, இந்தியாவைச் சென்று அடைவது நடக்க முடியாத செயல் என்று ஏளனம் செய்தார்கள். ஆனால், யுவான் சுவாங் தன்னால் அந்தப் பயணத்தை வெற்றிகரமாக முடிக்க முடியும் என்று நம்பினார்.

ஆனால், தாங் அரசு அந்த நாட்களில் யுத்தத்தைச் சந்தித்துக் கொண்டிருந்த காரணத்தால், எவரும் தேசத்தைக் கடந்து வெளியேறுவதற்கோ, உள்ளே வருவதற்கோ அனுமதிக்கவில்லை. சூழலைப் பொருட்படுத்தாமல் யுவான் சுவாங் தன் அடையாளத்தை மாற்றியபடியே ஒரு குதிரையில் பயணம் செய்து தாங் அரசின் எல்லையைக் கடந்து சென்றார். சீனாவில் இருந்து இந்தியாவிற்குச் செல்வதற்கான முறையான வரைபடங்கள் அந்த நாட்களில் கிடையாது. ஆகவே, அவர் தனது பயணத்தைச் சிறிது சிறிதாகப் பிரித்துக் கொண்டார்.

மேற்கு நோக்கிய பயணம் என்று திசையை மட்டும் மனதில் கொண்டபடியே துவங்கிய அவரது பயணம் எண்ணிக்கையற்ற பிரச்சனைகளைச் சந்தித்தது. சீதோஷ்ண நிலையும், வழிப்பறியும், பசியும், நோயும் அவரைத் தாக்கியது. ஆனாலும் அவர் தன் கனவில், பாதையில் தொடர்ந்து பயணம் மேற்கொண்டபடியே இருந்தார்.

சீனாவில் எல்லையைக் கடக்கும்போது அரசாங்க அதிகாரிகளால் கைது செய்யப்பட்டார். அவரை அருகில் உள்ள மடாலயம் ஒன்றில் கொண்டு போய்ச் சேர்த்துவிடும் படியாக ராணுவ அதிகாரி கட்டளையிட்டதும் அப்படித் தன்னைச் செய்வதாக இருந்தால் அந்த இடத்திலே தான் கழுத்தை அறுத்துக் கொண்டு இறந்துபோவேன் என்று யுவான்சுவாங் அறிவித்ததோடு தனது கத்தியைக் கையில் எடுத்துக் கொண்டார்.

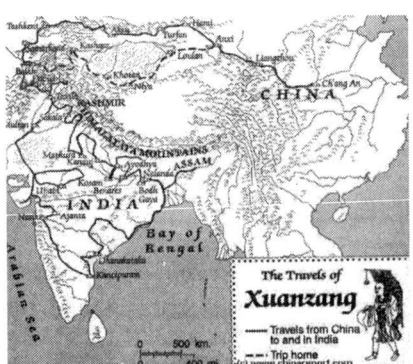

அவரது மனத் துணிவும் விருப்பமும் அறிந்த ராணுவ அதிகாரி எல்லையைக் கடந்து செல்ல அனுமதித்தார். யுவான் சுவாங் புகழ்பெற்ற கோபி பாலைவனத்தைக் கடக்க முயன்றபோது,

வெயிலும் தாகமும் வாட்டி எடுத்தது. பாதைத் தவறி மணலில் அங்குமிங்குமாக அலைந்து, களைத்துப்போன யுவான் சுவாங் இந்தப் பாலைவனத்திலே இறந்து போய்விடக்கூடும் என்று நம்பினார். இனி தனது முயற்சியால் எதுவும் நடக்கப் போவதில்லை என்று உணர்ந்தவராகத் தன்னைக் குதிரையோடு சேர்த்து கட்டிக் கொண்டார்.

குதிரை பாலைவனத்தில் தனது போக்கில் போகத் துவங்கியது. எந்தத் திசையில் செல்கிறது என்று தெரியவில்லை. ஆனால், குதிரை எதையோ அறிந்தது போலச் சீராகப் போய்க் கொண்டேயிருந்தது. இரண்டு நாட்களுக்குப் பிறகு அவர் கண்விழித்தபோது தன் எதிரில் பெரிய பாலைவனச் சோலையையும் அங்கே குளிர்ந்த தண்ணீர் பொய்கை இருப்பதையும் கண்டார்.

அவரால் அது நிஜம் என்று நம்ப முடியவில்லை. ஓடிப்போய்த் தண்ணீரை குடித்தார். அங்கே விளைந்திருந்த ஈச்சம்பழங்களைத் தின்றார். குதிரை தன் உள்ளுணர்வில் எங்கே தண்ணீர் உள்ளது என்பதை அறிந்திருக்கிறது என்று உணர்ந்த யுவான் சுவாங், அதுவும் புத்தரின் கருணை என்று நன்றி செலுத்தியதோடு, முடிவற்ற மணல் திட்டுகள் நிரம்பிய பாலையில் தனியொரு ஆளாகப் பல மாதங்கள் அலைந்து திரிந்து, முடிவில் தர்பான் என்ற நகருக்கு வந்து சேர்ந்தார்.

அந்த நாட்டின் அரசர் புத்த துறவிகளின் மீது மிகுந்த ஈடுபாடு கொண்டவர் என்பதால் அவரைத் தேடிச் சென்றார். அரசரும் யுவான் சுவாங்கின் அறிவு செல்வத்தைக் கண்டு வியந்து, தனது ஆஸ்தான குருவாகத் தன்னோடு வைத்துக் கொண்டார். ஓராண்டு காலம் அங்கே கழித்த யுவான் சுவாங் தனது இந்திய பயணத்திற்குத் தயாரானபோது அரசர் அனுமதி தர மறுத்தார். தன்னை இந்தியப் பயணத்திற்கு அனுமதிக்கா விட்டால் தான் சாகும்வரை உண்ணாவிரதம் இருக்கப்போவதாக யுவான் சுவான் பட்டினி கிடக்கத் துவங்கிய பிறகு, அரசர் அனுமதி தந்ததோடு, தனது நாட்டின் அரசபிரதி என்று முத்திரை ஓலையும், பாதுகாப்பிற்காக ஆட்களும் வழியில் தேவைப்படும் பொருட்களையும் தந்து அனுப்பி வைத்தார்.

ஆனால், ஒரு பள்ளத்தாக்கினை கடந்து செல்லும்போது அவரை யாரோ ராஜ குடும்பத்தைச் சேர்ந்தவர் பயணம் செய்கிறார் என நினைத்துக் கொள்ளைக்காரர்கள் வழிமறித்துத் தாக்கி காவலர்களைக் கொன்று அவரது உடைமை, பொருட்களைப் பறித்தனர். திரும்பவும் கால் ஒடிந்த குதிரை ஒன்றோடு தனி ஆளாக விடப்பட்ட அவர் அங்கிருந்து இரண்டு ஆண்டுகள் பயணம் செய்து, கைபர் கணவாய் வழியாக இந்தியாவிற்குள் நுழைந்தார்.

வழி முழுவதும் பௌத்த மடாலயலங்களில் தங்கியும் சிறு நிலப்பரப்புகளை ஆண்ட அரசர்கள் மற்றும் மக்களது வாழ்க்கை முறை கலாச்சாரச் செயல்பாடுகள் யாவையும் குறிப்புகளாக எழுதிக் கொண்ட

யுவான் சுவாங் வெவ்வேறு பௌத்த சமய ஏடுகளையும் சேகரிக்கத் துவங்கினார். இந்தியாவில் அவர் காஷ்மீரம், பாடலிபுத்திரம், பிரயாகை, மதுரா, அயோத்தி பனாரஸ், ,வைசாலி, கனோஜ் என்று இந்தியாவின் முக்கிய நகரங்களில் தங்கி பௌத்த ஆய்வுகளை மேற்கொண்டார். அதன் தொடர்ச்சியாக யுவான்சுவாங் நாளந்தா பல்கலைக்கழகத்திற்குச் சென்று, தனது விருப்பத்தினைத் தெரிவித்தவுடன் அங்கேயே தங்கிக் கொண்டு ஆய்வு மேற்கொள்ளவும் கற்றுக் கொள்ளவும் அனுமதித்தார்கள்.

யுவான் சுவாங் நாளந்தாவில் யோக சாஸ்திரங்களைக் கற்றுக் கொள்வதில் மிகுந்த ஆர்வம் கொண்டார். அந்த நாட்களில் நாளந்தா பல்கலைக்கழகத்தில் பத்தாயிரம் மாணவர்கள் தங்கி கல்வி பயின்று வந்தார்கள். அங்கே 18 பாடப் பிரிவுகளில் மாணவர்கள் பயிற்றுவிக்கப் பட்டார்கள். இதற்காக 1541 ஆசிரியர்கள் அங்கே பணியாற்றினார்கள். இந்தப் பல்கலைக் கழகத்திற்குத் தேவையான வருமானத்திற்காக நூறு கிராமங்கள் வழங்கப்பட்டிருந்தன. அத்தோடு இருநூறு வீடுகளில் இருந்து தினமும் பாலும் தேவையான பட்சணங்களும் தானமாகத் தரப்பட்டு வந்தன.

நாளந்தாவில் தங்கியிருந்து மகாயான பௌத்த சாரங்களை முழுமையாகக் கற்று அறிந்தார் யுவான் சுவாங். பிறகு, அங்கிருந்து தெற்கு நோக்கி பயணம் செய்தார். தமிழகத்தில் உள்ள காஞ்சிபுரத்திற்கு வந்து சேர்ந்த யுவான் சுவாங் அங்கிருந்த பௌத்த பல்கலைக்கழகத்தில் தங்கி சிறப்புரை யாற்றினார்.. பிறகு தமிழகத்திலிருந்து புறப்பட்டு இலங்கைக்குச் சென்றார் எனச் சரித்திர குறிப்புகள் கூறுகின்றன.

இந்தியாவில் புத்தர் பிறந்த இடமான லும்பினியில் இருந்து புத்தர் மெய்ஞானம் பெற்ற கயா வரையுள்ள எல்லாப் பௌத்த ஸ்தலங்களையும் நேடியாகப் பார்வையிட்ட யுவான் சுவாங் அதைப் பற்றி விரிவான குறிப்புகளாகப் பதிவு செய்தார்.

பதினேழு வருடங்களுக்குப் பிறகு நாடு திரும்ப அவர் முடிவு செய்தபோது அவரோடு இருபது குதிரைகளில் 657 தொகுதி களாக்கபட்ட 520 பௌத்த பிரதிகள் ஏற்றிச் செல்லப்பட்டன. இதில் 224 தொகுதிகள் பௌத்த சூத்திரங்கள். 192 தொகுதிகள் தர்க்க சாஸ்திரங்கள்.

இந்தியாவிற்குள் வரும்போது சந்தித்த பிரச்சனைகளை விடவும், சீனாவிற்குத் திரும்பி செல்வதற்கான பயணம் மிகுந்த போராட்டமாக அமைந்தது. முடிவில் அவர் சீனா சென்றுசேர்ந்து தனது சேகரிப்பு அத்தனையும் ஒன்று சேர்ந்து அறிவாலயம் ஒன்றை உருவாக்கினார். மன்னர் யுவான் சுவாங்கின் பயணத்தைப் பாராட்டி அவர் கொண்டு வந்த நூல்கள் அத்தனையும் சீன மொழியில் மொழியாக்கம் செய்தவற்காக சிறப்பு நிதி உதவி அளித்துஉதவி செய்தார். இந்த அறிவாலயத்தில் இளந்துறவிகள் பலரும் இந்தியாவில் இருந்து கொண்டு வரப்பட்ட பிரதிகளைச் சீன மொழியில் மொழிபெயர்ப்பு செய்தனர். யுவான் சுவாங் தனிநபராக 74புத்தங்களின் 1335 அத்யாயங்களை மொழியாக்கம்

செய்திருக்கிறார். அது மட்டுமின்றி நான்கு தொகுதிகளாகத் தனது நினைவுக் குறிப்புகளையும் எழுதியிருக்கிறார். அந்த நினைவுக் குறிப்புகளின் வழியாகப் பண்டைய இந்தியாவின் அறிவியல், வானவியல், கணிதம், விவசாயம், கலைகள் பற்றி நிறைய அறிந்து கொள்ள முடிகிறது.

குப்தர் கால இந்தியாவில் இருந்த சாதிய முறைகள் பற்றியும், அன்றைய பௌத்த மதப் பிரிவுகள் மற்றும் இந்து மதச் சடங்குகள், கோட்பாடுகள் பற்றியும் யுவான் சுவாங் தெளிவாக விளக்கியிருக்கிறார்.

664 ஆண்டு மார்ச் 10 நாள் தனக்கு விருப்பமான பௌத்த சூத்திரம் ஒன்றை மொழியாக்கம்

செய்து முடித்துவிட்டு கடந்து போன தனது பயண நாட்களைப் பற்றிய கனவுகளுடன் உறக்கத்திற்குச் சென்ற யுவான் சுவாங் அப்படியே இறந்தும் போனார். இன்றும் அவரது அறிவாலயம் சீனாவில் முக்கியப் பௌத்த காப்பகமாக உள்ளது.

நூற்றாண்டுகளைக் கடந்து, யுவான் சுவாங்கின் சாகசப் பயணம் தொடர்ந்து நாட்டார் கதைபோல மக்களால் திரும்பத் திரும்பச் சொல்லப்பட்டு எண்ணிக்கையற்ற கிளைக்கதைகள் கொண்டதாகி விட்டது. சமீபத்தில் அமெரிக்கத் தொலைக்காட்சி தொடராக எடுக்கப்பட்ட யுவான் சுவாங்கின் வாழ்க்கை கதையில் மாயம் செய்யும் குரங்குகளும், டிராகன்களும் அவருக்கு உதவி செய்வதற்காகப் புத்தரால் அனுப்பப் பட்டன என்று கதை விரிகிறது. யுவான் சுவாங்கின் வாழ்வைச் சுற்றிலும் புனைவு தன் நெசவை நுட்பமாக நெய்து விட்டிருக்கிறது. இன்றும் பௌத்த யோக சூத்திரங்களைப் பற்றி ஆராயும் அனைவரும் யுவான்சுவாங்கின் ஞானத்தையும் அவரது மொழிபெயர்ப்பில் வெளியாகி உள்ள புத்தங்களையும் மிக உயர்வாகவே மதிப்பிடுகிறார்கள்.

Richard Bernstein என்ற அமெரிக்க எழுத்தாளர் யுவான் சுவாங்கின் பாதையில் திரும்பப் பயணம் செய்து Ultimate Journey என்ற ஒரு புத்தகத்தை எழுதியிருக்கிறார். இதில் யுவான் சுவாங் தன் எழுத்தில் பதிவு செய்து வைத்துள்ள ஆப்கானில் உள்ள பிரம்மாண்டமான பௌத்த சிலைகள் தாலிபான்களால் இன்று எப்படி உடைத்து சிதைக்கப்பட்டுள்ளன என்பதை விவரிப்பதோடு அன்று எவ்விதமான வரைபடமும்,

வாகனமும் இன்று யுவான் சுவாங்கால் சுதந்திரமாகப் பயணம் செய்ய முடிந்திருக்கிறது. இன்று எல்லா வசதியிருந்தும் பாதுகாப்பாக எவரும் ஆப்கானிற்குள் பயணம் செய்ய முடியவில்லை.

அன்று ஆற்றைக் கடப்பதற்குப் பாலம் இல்லாமல் பல மாதம் காத்திருக்க வேண்டியிருந்தது. இன்று உறுதியான இரும்பு பாலமிருக்கிறது. ஆனால், கடந்து போக அரசு அனுமதி மறுக்கப்படுவதால் பல வருடம் காத்து இருக்க வேண்டியிருக்கிறது என்று தனது நூலை முடிக்கிறார்.

காலம் காட்டும் உண்மை இப்படித்தானிருக்கிறது.

THE LIFE OF HIUEN - TSIANG BY HIS PERSONAL DISIPLES HUI-LI AND YEN-TS'UNG

translated by Li Yung-hsi,

Akshaya Prakashan, Delhi 2005.

# 8. டென்சிங் எவரெஸ்டின் தனிமை

எல்லா சாதனைகளுக்குப் பின்னும் நூற்றுக்கணக்கான எளிய மனிதர்களின் உதவியும் உழைப்பும் அடையாளம் தெரியாமல் போய்விடுவது போல, எவரெஸ்ட் சாதனைக்குப் பின்னும் நூற்றுக்கணக்கான ஷெர்பா எனப்படும் நேபாளிகளின் கடும் உழைப்பும் உதவியும் அடையாளம் தெரியாமலே போய்விட்டிருக்கின்றது.

எவரெஸ்ட் உலகின் மிக உயரமான சிகரம் என்று யாவருக்கும் தெரியும். ஆனால், எவரெஸ்ட் என்பது தாமஸ் எவரெஸ்ட் என்ற ஆங்கிலேய நில அளவையாளரின் பெயர் என்பதோ, இந்தியாவின் நிலப்பரப்பைத் துல்லியமாக அளவிடுவதற்காக முதன் முதலாக நடைபெற்ற நில அளவைப் பணியைத் தலைமை ஏற்று நடத்தியவர் இவர் என்பதோ பெரும்பான்மையினர் அறிந்திருப்பதில்லை.

பூர்வ குடி மக்களின் நிலங்களை ஆக்கிரமித்துக் கொண்டு, புதிய தேசங்களைக் கண்டுபிடித்ததாகப் பெயர் சூட்டி மகிழ்வது வெள்ளைக்கார்கள் காலம் காலமாகச் செய்து வரும் மோசடி. அமெரிக்கா, மேற்கிந்திய தீவுகள் என்ற பெயர் மாற்றம் பெற்ற பல பூர்வீக நிலங்கள் வெள்ளைக்காரர்களின் அதிகார வெறியால் தங்களது சுயத்தை இழந்ததையும், பூர்வ குடிகள் அழித்து ஒழிக்கப்பட்டதையும், சரித்திரத்தை உன்னிப்பாக வாசிப்பவர்களால் உணர்ந்து கொள்ள முடியும்.

உலகின் உயர்ந்த சிகரமான எவரெஸ்ட்டும் அப்படிப் பெயர் மாற்றம் பெற்ற ஒன்றே. இமய மலையின் உயர்ந்த சிகரங்களில் ஒன்றான இதை நேபாளிகள் சாகர்மாதா என்றும் திபேத்தியர்கள் சோமுலிங்மா என்றும் காலங்காலமாக அழைத்து வந்தனர். இந்தியாவில் இமயமலை கைலாயம் என்று அழைக்கப்பட்டது.

கர்னல் வில்லியம் லாம்டன் என்ற ஆங்கிலேயர் 1802ம் ஆண்டு 'தி கிரேட் இண்டியன் ஆர்க்' எனப்படும் இந்திய நில அளவைப் பணியை மேற்கொண்டார். இந்தப் பணி சென்னையின் பரங்கிமலையில் துவங்கியது. 40 ஆண்டுகளுக்கு மேலாக நடைபெற்ற இப்பணியின் பாதியில் லாம்டன் இறந்து போய்விடவே தலைமை பொறுப்பு ஏற்ற தாமஸ் எவரெஸ்ட் இப்பணியைச் சிறப்பாகச் செய்து முடித்தார்.

அவருக்குப் பின்பு, இந்தப் பணியை மேற்கொண்ட ஆண்ட்ரு ஸ்காட் வாக் என்ற பிரிட்டிஷ் ராணுவ அதிகாரியின் காலத்தில் இமயமலை தொடரை அளவிடும் பணி நடைபெற்றது. அப்போது நிலஅளவைத் துறையில் பணியாற்றிய ராதாநாத் சர்க்கார் என்பவர் துல்லியமான கணித முறையைப் பயன்படுத்தி, உலகின் மிக உயரமான சிகரம் இமய மலையின் பதினைந்தாவது சிகரம் என்று கண்டுபிடித்து அதைத் தனது மேலதிகாரியிடம் அறிவித்தார்.

அந்த அறிவிப்பை ஆராய்ந்த ஆண்ட்ரு 28176 அடி உயரமுள்ள இந்தச் சிகரத்திற்குத் தனது முன்னோடியான தாமஸ் எவரெஸ்ட் என்ற பிரிட்டிஷ் அதிகாரியின் பெயரை வைப்பது என்று முடிவு செய்து, அந்தச் சிகரத்திற்கு மவுண்ட் எவரெஸ்ட் என்று பெயர் சூட்டினார். இந்த அறிவிப்பு 1865 ஆண்டு வெளியிடப்பட்டது. இன்றும் பௌத்த துறவிகளும், நேபாளிகளும் எவரெஸ்டை தங்களது பராம்பரிய சொல்லில் தான் அழைத்து வருகிறார்கள்.

இந்தியாவைச் சுற்றி இயற்கை அமைத்த அரண் தான் இமயமலை. இன்னும் முழுமையாக ஆராயப்படாத இந்த அரண் பனி மூடியது. மேகங்கள் உரசும் எழில் கொண்டது. ஹிம் என்றால் பனி, ஆலயா என்றால் கோயில். பனி தெய்வத்தின் உறைவிடம் எனப்படும் இமயத்தை இந்தியர்கள் கடவுளின் வீடு என்று நம்பி வருகிறார்கள். பௌத்தர்களும் அது புத்தரின் உறைவிடம் என்று வழிபடுகிறார்கள். இன்று வரை பௌத்த துறவிகள் இமயமலையை வழிபடுவதை ஒரு சடங்காகவே வைத்திருக்கிறார்கள்.

பல வருடமாக உலகின் உயர்ந்த சிகரமான எவரெஸ்ட்டின் உச்சியை அடைவது மிகப் பெரிய சவாலாக இருந்து வந்தது. உலகம் முழுவதும் உள்ள மலையேறுபவர்கள் இந்தச் சவாலை சந்திப்பதற்காக ஆண்டு 50 வருடமாக முயன்று கொண்டிருந்தனர். முடிவில் 1953 ஆண்டு மே மாதம் 29 தேதி எட்மண்ட் ஹிலாரி என்ற நியூசிலாந்து வீரரும், டார்ஜிலிங்கைச் சேர்ந்த நேபாளியான டென்சிங் நார்கேயும் எவரெஸ்ட்டின் உச்சியை அடைந்து சாதனைப் புரிந்தனர். இன்று வரை முன்னோடி சாதனையாக அது கருதப்படுகிறது. இந்த 50 வருடங்களுக்குள் எவரெஸ்டின் உச்சியை 1200க்கும் மேற்பட்டவர்கள் தொட்டிருக்கிறார்கள்.

இதில் ஷெர்பா அப்பா எனப்படும் நேபாளி ஆக்ஸிஜன் உதவி யின்றி எவரெஸ்ட் பயணம் மேற்கொண்டு உச்சியை அடைந்திருக்கிறார். அத்தோடு 13 வருடத்தில் 12 முறை எவரெஸ்ட் உச்சியை அடைந்த வீரரும் இவர் ஒருவரே.

ஷெர்பா எனப்படும் நேபாளிகள் புத்தமதத்தைத் தழுவியவர்கள். இந்தியாவிலிருந்து நேபாளித்திற்கு இடம்பெயர்ந்தவர்கள். யாக் எனப்படும் எருதுகளைப் பராமரித்து, அதை நம்பி வாழ்க்கையை நடத்துபவர்கள்.

கடுமையான உழைப்பாளிகள். ஷெர்பா என்பதற்குக் கிழக்கிலிருந்து வந்தவர்கள் என்று பொருள். இன்று வரை எவரெஸ்ட் மலையேற்றத்திற்குத் துணை புரிகின்றவர்கள் இந்த ஷெர்பாக்கள் தான். இவர்கள் பனிக்கரடி போன்றவர்கள் எவ்வளவு மோசமான பனிப் பொழிவின் போதும் இவர்களால் மலையேற முடியும். அத்தோடு வழிகாட்டுதலில் இவர்களைப் போலத் துல்லியமாக எவரும் செயல்பட முடியாது.

எவரெஸ்ட் உச்சியை எட்மண்ட் ஹிலாரியும், டென்சிங்கும் அடைவதற்குத் துணையாக நானூறு பேருக்கும் அதிகமாக உதவி யிருக்கிறார்கள். மலையேற்ற குழுவிலே நூற்றுக்கும் மேற்பட்டவர்கள் இருந்தார்கள். மலையின் ஒவ்வொரு தளத்திலும் கேம்ப் அமைக்கவும், அவர்களுக்குத் தேவையான உணவு சமைக்கவும், சுமைகளைத் தூக்கி வரவும், மருத்துவம் செய்யவும், வழிகாட்டவும் நாற்பதுக்கும் மேற்பட்டவர்கள் துணை வருவார்கள்.

ஒரு முறை எவரெஸ்ட் மலையை ஏறுவதற்கு ஓர் ஆளுக்குக் குறைந்த பட்சம் ஆகும் செலவு 75000 டாலர். இந்திய மதிப்பில் நாற்பது லட்ச ரூபாய். பணமிருந்தால் மட்டும் மலையேறிவிட முடியாது. இதற்காக நேபாள அரசாங்கத்திடம் அனுமதி பெற வேண்டும். இந்த அனுமதிக்காகக் காத்திருப்பவர்கள் பட்டியலே இரண்டாயிரத்திற்கும் மேலாக உள்ளது.

இவ்வளவு சிரமங்களைத் தாண்டி மலையேறி எவரெஸ்ட் உச்சியை அடைந்த டென்சிங், தனது மலையேற்ற அனுபவங்களைத் தொகுத்து எழுதியுள்ளது தான் இந்தப் புத்தகம். நேபாளி குடும்பம் ஒன்றில் 11வது பையனாகப் பிறந்த டென்சிங் சிறுவயது முதலே மலையேற்றத்தில் மிகுந்த ஈடுபாடு கொண்டிருந்தார். தனது பதின்வயதில் இவர் திருட்டுத்தனமாக மலையேறத் துவங்கினார். அத்தோடு பிரிட்டீஷ் மலையேற்ற குழுவோடு கூலியாக வேலை செய்துகொண்டு, இமயமலையின் பல்வேறு

சிகரங்களுக்கு ஏறியிருக்கிறார். ஷெர்பாக்கள் மிகுந்த தைரியசாலிகள் மற்றும் அசராத உழைப்பாளிகள். தனது சுய முயற்சியால் மலையின் நுட்பங்களை அறிந்த டென்சிங், ஹிலாரியுடன் இணைந்து 1953ம் ஆண்டு எவரெஸ்ட் பயணத்தை மேற்கொண்டார். முந்தைய ஆண்டு அவர் மேற்கொண்ட இதே பயணம் கடுமையான பனி புயல் காரணமாகப் பாதியில் கைவிடப்பட நேர்ந்தது. ஆகவே, இந்த முறை அவர்கள் மிகக் கவனமாகப் பயணம் செய்தனர்.

எவரெஸ்டின் உச்சியில் முதலில் யார் கால் வைத்தது என்று ஒரு முறை பத்திரிக்கை பேட்டியில் டென்சிங்கிடம் கேட்டபோது தங்கள் இருவரில் யார் என்ற சேதியை தான் ஒருபோதும் சொல்லப்போவதில்லை என்றும் இது ஒரு கூட்டு முயற்சி என்றும் அறிவித்தார். ஆனால், புகைப்படங்கள் நிரூபிக்கும் சாட்சி எவரெஸ்ட் உச்சியில் டென்சிங் மட்டுமே நின்று கொண்டிருக்கிறார் என்பதே. இதை மறுக்கும் ஹிலாரி டென்சிங்கிற்குப் புகைப்படம் எடுக்கத் தெரியாது என்ற காரணத்தால் அவரைத் தான் புகைப்படம் எடுத்துள்ளதாகவும், அதனால் மட்டுமே தனது புகைப்படத்தை எடுக்க முடியவில்லை என்றும் விளக்கம் அளித்திருக்கிறார்.

எவரெஸ்ட் மலையேற்றத்தில் வெற்றி பெற்றவர்களை விடவும் பாதிப் பயணத்தில் இறந்து போனவர்களின் எண்ணிக்கை அதிகம். பனிப்பொழிவில் சிக்கிக் கொண்டோ அல்லது எதிர்பாராமல் உடல் நலக்குறைவு ஏற்பட்டோ இறந்து போகின்றவர்கள் அதிகம். தனது பயணம் ஒன்றில் ஒரு பனிப்பாறையைத் தான் உடைத்தபோது, பல வருடத்திற்கு முன்பு மலையேறச் சென்ற ஒரு வெள்ளைக்காரனின் உடல் அப்படியே உறைந்து போயிருந்ததை தான் மீட்டு எடுத்ததாக டென்சிங் நினைவு கூர்கிறார்.

மலையேற்றத்திற்கு விருப்பம் இருந்தால் மட்டுமே போதாது கடுமையான உடற்பயிற்சியும், மனப்பக்குவமும் தேவைப்படும். காரணம் உயரம் அதிகமாக அதிகமாக உடல் தன் இயல்பை இழந்து விடுவதோடு, மிகப்பெரிய தனிமை மனதை வெகுவாகப் பாதிக்கக் கூடியது. பலநேரங்களில் அது பைத்திய நிலைக்கு ஒப்பாக இருக்கும் எனும் டென்சிங் அதுபோன்ற நிமிசங்களில் தான் தனியே மலையேறவில்லை என்றும் தன்னோடு புத்தரும் உடன் இருக்கிறார் என்று தான் நம்புவதாகக் குறிப்பிடுகிறார்.

இமயமலையின் உச்சியை அடைவதற்காக ஹிலாரியுடன் இணைந்து முறையான பாதை திட்டங்களையும், வரைபடங்களையும் அவர்கள் தயாரித்துக் கொண்ட விதம் பற்றியும் இந்தப் பயணத்தில் எதிர்படக்கூடிய இடையூறுகள் பற்றிய முன் தயாரிப்புகளை மேற்கொண்டதாகவும் நினைவு கூர்கிறார் டென்சிங். இந்தப் பயணத்தின் போது தனது குடும்பத் தாரிடமிருந்து அனுமதி பெற்று மலையேற்றம் செய்வது மிக உணர்ச்சிப்பூர்வமான செயலாக மாறிவிட்டிருந்தது. காரணம்

மனைவியும் குழந்தைகளும் அவர் மீது அத்தனை அன்பும் பாசமும் கொண்டிருந்தனர். நீண்ட மலையேற்றத்தின் பிறகு, எவரெஸ்ட் உச்சியை அவர்கள் அடைந்தபோது, டென்சிங் தன்னை மறந்து கூச்சலிட்டார். பதினைந்து நிமிடங்கள் உலகின் உயர்ந்த சிகரத்தின் உச்சியில் தனியே நின்று இருந்த டென்சிங் உலகம் எத்தனை பிரம்மாண்டமானது. அழகானது என்று தன்னை அறியாமல் அழுததாக விவரித்திருக்கிறார்.

பௌத்த நம்பிக்கை கொண்ட டென்சிங் எவரெஸ்ட் உச்சியில் எதையாவது காணிக்கையாகப் புதைத்துவிட்டு வர விரும்பினார். அதன்படியே தனது மகள் நீமாவின் விருப்பப்படி, அவள் தந்து அனுப்பிய நீல நிற பேனா ஒன்றையும், கொஞ்சம் இனிப்புகளையும் எவரெஸ்ட் உச்சியில் புதைத்து விட்டு வந்தார். இன்றும் உலகின் உச்சியில் ஒரு பேனா மிக நிசப்தமாகப் புதையுண்டு கிடக்கிறது.

எவரெஸ்ட் பயணம் மேற்கொண்டிருந்த போதும் டென்சிங்கிற்கு எழுதப் படிக்கத் தெரியாது. ஆனால், சரளமாக அவரால் ஏழு உலக மொழிகளில் உரையாட முடியும். எவரெஸ்ட் சிகரத்தை அடைந்த வெற்றியின் காரணமாக இவருக்கு பிரிட்டீஷ் அரசு மிக உயர்ந்த விருதை வழங்கியது. இந்திய அரசும் அவரைக் கௌரவித்தது. இவை யாவையும் விட, புத்தரின் கருணை தான் இந்தச் சாதனையைத் தனக்கு வழங்கியது என்று நம்பும் டென்சிங் மலையேறுபவர்களுக்கான ஒரு நிறுவனம் ஒன்றை நிறுவி, தொடர்ந்து இமயமலை பயணத்திற்கு உதவி செய்து கொண்டு வந்தார்.

1986 ஆண்டு டார்ஜலிங்கில் இறந்துபோன டென்சிங்கின் வாழ்வு ஒரு எளிய மனிதனின் கடுமையான உழைப்பிற்கும் இயற்கையைப் புரிந்து கொண்ட ஒரு மனத்திற்கும் கிடைத்த வெற்றியாகும். டென்சிங்கின் மகனும் இன்று எவரெஸ்ட் மலையேறி சாதனை புரிந்திருக்கிறார்.

இன்றும் மனிதனின் காலடி படாத சிகரங்களில் சூரியன் தனியே ஒளிர்ந்து கொண்டிருக்கிறது. மலையை ஒருபோதும் மனிதனால் வெற்றிக் கொள்ள முடியாது, அது இயற்கையின் புதிர் என்று தொடர்ந்து டென்சிங் தனது நூலில் பலமுறை குறிப்பிடுகிறார். உண்மையும் அது தான்.

THE NORTH POLE ITS DISCOVERY IN 1909

UNDER THE AUSPICES OF THE PEARY ARCTIC CLUB

BY ROBERT E. PEARY GREENWOOD PRESS, NEW YORK 1941.

# 9. நடையால் வென்ற உலகம்

இரண்டு வருடங்களுக்கு முன்பாக மதுரையிலிருந்து ஓசூர் சென்று கொண்டிருந்தேன். ரயில் பயணத்தில் என்னோடு வந்த நண்பர் முத்துகிருஷ்ணன் முதன்முதலாகச் சதீஷ்குமாரைப் பற்றித் தெரிவித்தார்.

முத்துகிருஷ்ணன் சுற்றுச்சூழல் மற்றும் சமகால இந்திய அரசியல் நிகழ்வுகள் குறித்துக் கூர்ந்த அவதானிப்பும் எதிர்வினைகளையும் செய்துவரும் தீவிரமான இளைஞர். இவரது கட்டுரைகள் உயிர்மை, தலித் முரசு, தமிழினி உள்ளிட்ட இதழ்களில் தொடர்ந்து வெளியாகி வருகின்றன.

அன்றைய பயணத்தில் படித்த புத்தகங்கள், பயணங்களில் கண்டவை, நாட்டார் தெய்வங்கள் என்று ஏதேதோ பேசிக் கொண்டிருந்தோம். நீங்கள் சதீஷ்குமாரின் புத்தகத்தை வாசித்துப் பாருங்கள். அவர் நாடோடியாக உலகைச் சுற்றிவந்தவர் என்று சிறிய அறிமுகம் ஒன்றைத் தந்தார் முத்துகிருஷ்ணன். பயணத்திலிருந்து வீடு திரும்பிய பிறகும் சதீஷ்குமாரின் பெயர் நினைவில் ஆழமாகப் பதிந்து போயிருந்தது.

தற்செயலாக டெல்லியின் சாலையோரப் புத்தகக் கடையில் அந்தப் புத்தகம் கைக்குக் கிடைத்தது. சென்னை திரும்புவதற்காக டெல்லி ரயிலில் ஏறி உட்கார்ந்தவுடன் படிக்கத் துவங்கினேன். பின்னிரவு வரை படித்து மறுநாள் முழுவதும் வாசித்து முடிக்கும்போது என்னால் நம்பவே முடியவில்லை. இது நிஜமாக ஒரு மனிதன் மேற்கொண்ட பயணம்

தானா இல்லை, ஏதாவது கற்பனைக் கதையா? எப்படிச் சாத்தியமானது. எது ஒரு மனிதனை இப்படி உந்திக் கொண்டு சென்றிருக்கிறது என்று புத்தகத்தின் முகப்பில் இருந்த சதீஷ்குமாரின் புகைப்படத்தைப் பார்த்தபடியே இருந்தேன்.

புத்தகத்தில் எழுதப்பட்டிருந்தவை அத்தனையும் நிஜம். ஒரு மனிதன் தேடி அலைந்து கண்ட தன் வாழ்நாளின் அனுபவத்தை எழுதியிருக்கிறான். எத்தனை பகலிரவுகள், எவ்வளவு மனிதர்கள், எத்தனை நிலப்பரப்புகளை அவன் கால்கள் கடந்து போயிருக்கின்றன. அவன் கண்களில் எத்தனை சூரிய உதயம் தோன்றி மறைந்திருக்கின்றது. கண்டம் விட்டுக் கண்டம் போகும் பறவை அதிசயமானது. ஆனால், அது தான் வழியில் கண்ட எதையும் எவரிடமும் சொல்வதில்லை. ஆனால், சதீஷ்குமார் தான் கண்ட உலகின் காட்சிகளைச் சித்திரம் போலப் பதிவு செய்திருக்கிறார்.

புத்தகத்திலிருந்து விடுபட முடியாமல் மூடி வைத்துவிட்டு வெளியே பார்க்கத் துவங்கினேன். கண்களை விட்டு மறைந்து போய்க் கொண்டிருக்கும் கடுகு பூத்த நிலப்பரப்பையும், தொலை தூர ஆகாசத்தையும் பார்க்கும்போது மனதில் விவரிக்கமுடியாத ஏக்கமும், வியப்பும் உண்டாகியது. பின்னோக்கி ஓடிக் கொண்டிருக்கும் மரங்கள் பச்சை தெறித்து மறைந்தன. சதீஷ்குமாரின் புத்தகம் மூடி வைக்கப் பட்டிருந்த போதும் மனதில் புரண்டு கொண்டேயிருந்தது.

சதீஷ்குமார், ராஜஸ்தானில் உள்ள சிறிய கிராமம் ஒன்றில் சமணக் குடும்பத்தில் பிறந்தவர். ஆச்சாரமான குடும்பம். சமணப் பற்று அதிகம் கொண்டவர்கள். அவரது அம்மா ஒருநாள் சாப்பிடுவதும் மறுநாள் பட்டினியாக இருப்பதுமாகவே வாழ்ந்து கொண்டிருந்தார். சாப்பிடும் நேரங்களில் கூட கீரை, பால் போன்ற இயற்கையான உணவுகளை மட்டுமே சாப்பிடக்கூடியவர்.

எளிமையான உடை, தேவைக்கும் குறைவான உணவு, கோபம், ஆத்திரம், வெறுப்பு தவிர்த்து அன்பும் கருணையும் நிரம்பிய வாழ்வு முறை என்று வளர்ந்த சதீஷ்குமார் சிறுவயதில் மதப்பற்று மிகுந்து துறவியாவது என்று முடிவு செய்தார். வீட்டிலும் அனுமதிக்கவே சமணத் துறவியாகி ஒன்பது ஆண்டுகள் துறவு வாழ்க்கையை மேற்கொண்டார்.

அப்போது காந்தியின் சீடரான வினோபாவே இந்தியா முழுவதும் சுற்றுப்பயணம் செய்து, 'பூமிதான்' என்றொரு இயக்கம் நடத்துவதைப் பற்றி அறிந்தார். அதிக நிலம் வைத்திருப்பவர்கள் நிலமற்ற ஏழைகளுக்காக ஒரு பங்கு நிலத்தைத் தானமாகத் தர வேண்டும் என்ற கோரிக்கையுடன் இந்தியா முழுவதும் நடந்து திரிந்து 50லட்சம் ஏக்கர் நிலங்களைத் தானமாகப் பெற்ற பெருந்தகை வினோபாவே. இவரது காலடி படாத இடங்கள் இந்தியாவில் இல்லை. ஊர் ஊராகப் போய் நிலப்பிரபுக்களைச் சந்தித்து நிலங்களைத் தானமாகப் பெற்று, அதே ஊரில் உள்ள நிலமற்ற விவசாயிகளுக்கு உழைத்துப் பாடுபட்டுத் தந்தவர் வினோபாவே. என்வரையில் இந்தியாவில் நடைபெற்ற மாபெரும் தனிநபர் புரட்சி

இதுவே என்பேன். தமிழ்நாட்டில் உள்ள குக்கிராமங்கள் வரை வினோபாவின் பூமிதான் இயக்கம் வேர் ஊன்றியிருக்கிறது என்றால் அது எவ்வளவு பெரிய அதிசயம்.

மக்களைச் சந்தித்து அவர்களுக்காக ஊழியம் செய்வதே உண்மையான அகப்புரட்சி என்ற வினோபாவேயின் வாசகம் சதீஷ்குமாரை ஈர்த்தது. துறவு வாழ்வை விட்டுவிலகி, வினோபாவின் பாத யாத்திரையில் தன்னை இணைத்துக் கொண்டார். மூன்று ஆண்டுகாலம் வினோபாவின் கூடவே பயணம் செய்து இந்தியாவின் உண்மையான முகத்தையும் மக்களின் எளிய வாழ்வையும் நேரடியாக அறிந்து கொண்டார் .

லண்டனில் 196162 ஆண்டில் அணு ஆயுதங்களைக் கட்டுப்படுத்த வேண்டும் என்று போராடிய எழுத்தாளர் பெட்ரண்ட் ரஸ்ஸல் தனது 90வது வயதில் கைது செய்யப் பட்டுச் சிறையில் அடைக்கப்பட்டார். இந்தச் செய்தி சதீஷ்குமாருக்குள் ஆழமான கேள்வியை எழுப்பியது.

90 வயதில் ஒரு மனிதர் உலக அமைதிக்காக சிறை சென்றிருக்கிறார். 26 வயதான நாம் என்ன செய்து கொண்டிருக்கிறோம்? ஏன் வாழ்வை வீண் அடிக்கிறோம் என்ற கேள்வி அவருக்குள் கரையான் புற்றுபோல வளரத் துவங்கியது. சில நாட்களில் அவர் சமாதானம் மற்றும் அணு ஆயுத எதிர்ப்பிற்காக உலகம் முழுவதும் நடைப்பயணம் செல்வது என்று முடிவு செய்து வினோபாவிடம் தெரிவித்திருக்கிறார்.

வினோபாவே அதைப் பாராட்டி ஊக்கப்படுத்தியதோடு இரண்டு நிபந்தனைகளுடன் உன் பயணத்தை ஒத்துக் கொள்கிறேன் என்று சொன்னார். அவரது நிபந்தனைகளில் முதலானது பயணத்திற்காகக் கையில் காசோ, பணமோ வைத்துக் கொள்ளக்கூடாது.

காரணம் கையில் பணம் இருந்தால் உடனே வீடு திரும்பும் மனநிலை வந்துவிடும். ஆகவே, பணமே இல்லாமல் தான் பயணம் தொடர வேண்டும். பணம் இல்லாதவன் எங்கே தங்குவது, எங்கே சாப்பிடுவது என்று தனது அடிப்படைத் தேவைகளுக்காக நிச்சயம் மற்றவர்களை அணுகுவான். அப்போது தான் மனிதர்களின் இயல்பும் சுபாவமும் எப்படிப் பட்டது என்று அவனால் புரிந்து கொள்ளமுடியும். அடுத்த நாளைப் பற்றிய கவலையில்லாத போது தான் பயணம் சாத்தியம் என்றார்.

இரண்டாவது நிபந்தனை எங்கே சென்றாலும் சைவ உணவு மட்டுமே சாப்பிட வேண்டும். ஏன் சைவ உணவு வேண்டும் என்கிறாய் என்று கேள்வியை உன்னிடம் கேட்பார்கள். அப்போது உயிர்க்கொலை செய்வது தவறு என்பதில் துவங்கி, பயணத்தின் முக்கிய நோக்கமான அணு ஆயுதம் வரை எல்லாவற்றையும் விரிவாக எடுத்துச் சொல்லலாம். ஆகவே, இந்த இரண்டு நிபந்தனைகளுடன் நீ பயணம் மேற்கொள் என்று வாழ்த்துக் கூறினார்.

சதீஷ்குமாரும் அவரது நண்பர் மேமோனும் இந்த நிபந்தனைகளை ஏற்றுக் கொண்டார்கள். டெல்லியில் உள்ள காந்தி சமாதியில் இருந்து தங்களது நடைப்பயணத்தைத் துவக்கினார்கள். அவர்கள் கண்முன்னே பாதை விரிந்து கிடந்தது. நடக்க நடக்க நினைத்தது போலப் பயணம் எளிமையானதாக இல்லை என்பது புரியத் துவங்கியது. பிச்சை எடுத்து வாழ்வதுபோல ஆங்காங்கே கிடைத்ததைச் சாப்பிட்டு, வழியில் தூங்கி நடந்து சென்றனர். பயணத்திற்கு எதிரி சுமை என்பதால் இரண்டே மாற்று உடைகளுடன் அவர்கள் நடந்து கொண்டிருந்தார்கள்.

தனது நடைப்பயணம் பற்றி சதீஷ்குமார் பெட்ரெண்ட் ரஸ்ஸலுக்கு ஒரு கடிதம் எழுதித் தெரிவித்தார். உடனே ரஸ்ஸல் உலக அமைதிக்காக நடைப்பயணம் செய்யும் முயற்சிக்கு வாழ்த்துகள். ஆனால் எனக்கு 90 வயதாகிறது. உலகம் மிகப்பெரியது. எப்படியாவது என் சாவிற்கு முன்னால் உன்னை ஒருமுறை பார்த்துவிட வேண்டும் என்று ஆசைப்படுகிறேன். வேகமாக நடந்து வா என்று பதில் எழுதியிருந்தார். அது சதீஷ்குமார் மனதில் இன்னும் ஆர்வத்தை அதிகமாக்கியது.

ஒன்றரை மாதங்களுக்குப் பிறகு, அவர்கள் பாகிஸ்தான் எல்லைக்கு வந்து சேர்ந்தார்கள். அவர் கையில் விசா, பாஸ்போர்ட் எதுவுமில்லை. அத்தோடு இந்தியா பாகிஸ்தான் இரண்டும் யுத்த நெருக்கடியில் இருந்த நாட்கள் அவை. பாகிஸ்தானுக்குள் பிரவேசிக்கும் முன்பாக அவரது நண்பர்களில் ஒருவர் நாலைந்து பொட்டலங்கள் சாப்பாடு தந்து நீங்கள் பாகிஸ்தானிற்குள் போகிறீர்கள். அது எதிரியின் தேசம் உங்களுக்குச் சாப்பாடு கூட கிடைக்காது இதைக் கொண்டு செல்லுங்கள் என்று தந்திருக்கிறார்.

சதீஷ்குமார் அதை மறுத்தபடியே இந்தச் சாப்பாட்டை வாங்கிக் கொண்டால் இன்னொரு மனிதன் மீது, நான் நம்பிக்கை வைக்கவில்லை என்றாகிவிடும். ஆகவே, எனக்கு வேண்டாம். பட்டினியால் சாவதாக இருந்தால் கூடப் பரவாயில்லை பாகிஸ்தானில் செத்துப் போகிறேன் என்று நடக்கத் துவங்கினார்.

எல்லை காவலர்கள் அவரைப் பற்றி நாளிதழில் வெளியான செய்தியால் தடை செய்யாமல் அனுமதி தந்தார்கள். பயமும் தயக்கமுமாக பாகிஸ்தானினுள் நடக்கத் துவங்கியபோது ஒரு கார் அருகில் வந்து நின்று பாகிஸ்தானியர் ஒருவர் இறங்கி வந்து நீங்கள் தானா சதீஷ்குமார் என்று கேட்டிருக்கிறார்.

ஆமாம் என்றதும் உங்களைப் பற்றி ஒரு மாலை செய்தியேட்டில் வாசித்தேன். அப்போது இருந்து நீங்கள் பாகிஸ்தான் வருவதற்காகக் காத்திருந்தேன். மிக நியாயமான காரணத்திற்காக நடைப்பயணம் செல்கிறீர்கள். உங்களுக்கு உதவி செய்ய விரும்புகிறேன். நீங்கள் என்னோடு காரில் வாருங்கள் என்று அழைத்தார்.

அறியாத உலகில் எதிர்ப்படும் முதல் மனிதனே இவ்வளவு அன்பாக நடத்துகிறானே என்று வியந்தபடியே தாங்கள் காரில் வர முடியாது. முகவரியைத் தாருங்கள் வீட்டிற்கு வந்து சேர்கிறோம் என்றார்கள். அவரோ விடாப்பிடியாக, இல்லை வழியில் யாராவது அழைத்தால் போய்விடுவீர்கள். அதனால் உங்கள் பைகளை என்னிடம் தாருங்கள். அதை மட்டுமாவது நான் கொண்டு செல்கிறேன் என்று அவரது உடைமைகளை வாங்கிக்கொண்டு சென்றுவிட்டார்.

அன்றிரவு அந்தப் பாகிஸ்தானியர் வீட்டில் சாப்பிட்டு விட்டு உறங்கியிருக்கிறார்கள். அப்போது சதீஷ்குமாருக்கு தோணியது, நண்பர் தன் மீதான அக்கறையில் தந்த பொட்டலத்தில் இருந்தது உணவு அல்ல பயம். அடுத்த மனிதனை நம்பமுடியாமல் போன பயம் தான் சாப்பாட்டைக் கட்டிக்கொண்டு போகச் சொல்கிறது என்ற உண்மை புரிந்திருக்கிறது.

பாகிஸ்தானில் பயணம் செய்து புகழ்பெற்ற கைபர் கணவாய் வழியாக அவர்கள் ஆப்கானிற்குள் நுழைந்திருக்கிறார்கள். அப்போது காரில் வந்த ஒரு நபர் அருகில் காரை நிறுத்தி ஏன் நடந்து செல்கிறீர்கள் ஏறிக் கொள்ளுங்கள் என்று உதவ முன்வந்தார்.

இல்லை நாங்கள் பாத யாத்திரை செல்கின்றவர்கள் என்றதும், எங்கே என்று கேட்டிருக்கிறார். சதீஷ்குமார் அமெரிக்காவிற்கு என்றதும் காரிலிருந்தவர் இவர்கள் என்ன முட்டாள்களா என்றபடி அமெரிக்கா எங்கேயிருக்கிறது. எப்படி நடந்து செல்வீர்கள் என்றதும், ரஷ்யா, போலந்து,

65

ஜெர்மனி பெல்ஜியம் பிரான்ஸ், இங்கிலாந்து வழியாக அமெரிக்கா போகத் திட்டம் என்றதும் இவர்கள் பைத்தியக்காரர்கள் என்பது போல திகைத்துப் பார்த்துவிட்டு, உங்கள் நம்பிக்கையைப் பாராட்டுகிறேன். ஒருவேளை நீங்கள் அமெரிக்கா வந்தால் என்னைச் சந்தியுங்கள் என்று டாக்டர் ஸ்கார்ப் என்ற தனது முகவரியைத் தந்து சென்றிருக்கிறார்.

ஆச்சரியம் என்னவென்றால் இவர்கள் அமெரிக்கா சென்று கைபர் கணவாயில் பார்த்த நபரை அவரது வீடு தேடி சந்தித்தார்கள். டாக்டர் ஸ்கார்ப்பால் நம்பவே முடியவில்லை. எப்படி நடந்தே அமெரிக்கா வந்து சேர்தீர்கள் என்று வியந்து பெரிய விருந்து தந்து கொண்டாடியிருக்கிறார்.

# EARTH PILGRIM

## SATISH KUMAR
Author of No Destination

இந்தியாவிலிருந்து பாகிஸ்தான், அங்கிருந்து ஆப்கானிஸ்தான், பெர்சியா, ஈரான் வழியாக ருஷ்யாவிற்குள் சென்றிருக்கிறார். அங்கேயிருந்து போலந்து, கிழக்கு ஜெர்மனி, பெல்ஜியம் வழியாகப் பிரான்ஸ் சென்று படகில் டோவர் துறைமுகம் பயணம்செய்து அங்கிருந்து லண்டன் சென்று, சவுத்ஹாம்டனில் இருந்து மீண்டும் ஒரு படகு பயணம் மேற்கொண்டு நியூயார்க், அங்கிருந்து நியூ ஜெர்சி பிலடெல்பியா என்று அமெரிக்கத் தேசத்திற்குள் பிரவேசம் செய்திருக்கிறார்கள்.

இந்த நடைப் பயணத்திற்கு இரண்டரை வருடங்கள் ஆகியிருக்கின்றன. வழிப்பயணத்தின் ஊடே அந்தந்த தேசங்களின் பிரதமர்கள், மதத் தலைவர்களைச் சந்தித்து உலகச் சமாதானம் குறித்துப் பேசியிருக்கிறார்கள். போகின்ற இடத்தில் எல்லாம் மக்களோடு கலந்து பேசி, அகிம்சையின் வலிமையை எடுத்துச் சொல்லியிருக்கிறார்கள். பெர்சியாவில் மன்னரே அவர்களை வரவேற்று தங்கச் செய்திருக்கிறார்.

யூதம், இஸ்லாமியம், கிறிஸ்துவம், இந்து மதம், ஜொராஷ்டிரியம், சமணம் என்று அனைத்து மதங்களைச் சார்ந்த மக்களையும் அவர்களின் தனித்துவமான கலாச்சாரங்களையும், பழக்க வழக்கங்களையும் நேரில் கண்டிருக்கிறார்கள். ரஷ்ய அரசாங்கம் அவர்களை வரவேற்று ராஜ மரியாதை செய்திருக்கிறது. ரஷ்யாவில் நடைப்பயணம் மேற்கொண்டபோது தேயிலை தோட்டத்தைச் சேர்ந்த தொழிலாளர்கள் அவர்களை

வரவேற்று தங்களோடு தேநீர் அருந்திவிட்டுப் போகும்படியாகச் சொல்லி யிருக்கிறார்கள். சதீஷ்குமாரும் அந்த அழைப்பை ஏற்று அவர்களுடன் தேநீர் அருந்தியிருக்கிறார். அவர் புறப்படும் சமயம் ஒரு பெண் மூன்று தேயிலைப் பொட்டலங்களை எடுத்து வந்து தந்து, இதில் ஒன்றை பிரான்ஸ் ஜனாதிபதிக்கும், மற்றொன்றை அமெரிக்க ஜனாதிபதிக்கு, மூன்றாவதை இங்கிலாந்து பிரதமருக்கும் கொடுங்கள் என்று சொல்லி யிருக்கிறாள்.

எதற்காக என்று புரியாமல் சதீஸ்குமார் தயங்கியபோது, இவர்கள் அணு ஆயுதங்கள் வைத்திருப்பவர்கள். கோபம் தலைக்கு ஏறி இந்த ஆயுதங்களைப் பிரயோகம் செய்வற்கு முன்பாக இந்தத் தேயிலையில் இருந்து ஒரு கோப்பை தேநீர் தயாரித்துச் சாப்பிடச் சொல்லுங்கள்.

அது அவர்களை இயல்பான மனநிலைக்குக் கொண்டுவந்துவிடும். உலகிற்கு நாங்கள் சொல்லும் சேதி உங்கள் கோபத்தால், பகையால் மனிதர்களை உயிர்பலி கொடுக்காதீர்கள் என்பதே என்றிருக்கிறாள்.

சதீஸ்குமார் இந்தச் செய்தியோடு அந்தத் தேயிலைப் பொட்டலங்களை அவள் குறிப்பிட்ட ஜனாதிபதிகளிடம் நேரில் ஒப்படைத்திருக்கிறார். தான் ஆசைப்பட்டபடியே லண்டன் சென்று ரஸ்ஸலை நேரிலும் சந்தித்து ஆசி பெற்றிருக்கிறார். இந்த நடைப்பயணத்தில் தான் கண்டுகொண்ட உண்மை மனித நம்பிக்கை மகத்தானது என்பதையே.

எட்டாயிரம் மைல் தூரத்தை கையில் பணமே இல்லாமல் கிடைத்ததை சாப்பிட்டுக் கொண்டு, உறக்கம் வந்த இடத்தில் படுத்து எழுந்து கொண்டு, பயணம் சென்று வெற்றி பெற்றிருக்கிறார் சதீஷ்குமார். காந்தி சமாதியில் துவங்கிய அவரது பயணம் அமெரிக்காவின் கென்னடி சமாதியில் முடிவுற்றிருக்கிறது.

கையில் காசு இல்லாதவன் எல்லா மனிதர்களையும் நம்பத் துவங்குவான். அவனுக்குப் பிடித்தது, பிடிக்காதது என்ற பேதமிருக்கிறது. அத்தோடு காரணமில்லாமல் நமக்குள் வளர்ந்து போயிருக்கும் பயம், வெறுப்பு, துவேசம் யாவும் வடிந்து போய்விடும். எவ்வளவு மாறுபட்ட நிலக் காட்சிகள், இயற்கையின் வண்ணங்கள், வேறுபட்ட வாழ்வை மேற்கொள்ளும் மக்கள் என்று அறிந்து கொள்ள முடியும். இதுதான் என் பயணத்தில் கண்டு அடைந்த சாராம்சம் என்கிறார் சதீஷ்.

சூழலியல் மற்றும் இயற்கையோடு சேர்ந்த எளிமையான வாழ்க்கை முறை இரண்டிலும் அதிகக் கவனம் எடுத்து வரும் சதீஸ்குமார், இதற்காக இங்கிலாந்தில் சூமேக்கர் சூழலியல் கல்லூரி ஒன்றையும், மாதிரி பள்ளி ஒன்றையும் நடத்திவருகிறார்.

அத்தோடு சூழலியல் குறித்த தீவிர கவனம் கொண்டு செயல்படும் Resurgence என்ற இதழின் ஆசிரியராகவும் உள்ளார். இயந்திரமயமாகிப் போன வாழ்க்கையை உதறி, இயற்கையோடு கூடிய எளிய வாழ்வு தேவை என்பதை வலியுறுத்தும் இவர், பன்னாட்டு நிறுவனங்கள் நம் இயற்கை

செல்வங்களைக் கொள்ளையடிக்கின்றன. பெப்சி கோக் போன்ற குளிர் பானங்களைத் தவிர்த்து, இளநீர் ,பழச்சாறு போன்றவற்றை அருந்துங்கள். நேரமில்லை என்ற சொல்லைத் தவிருங்கள். நேரம் முடிவற்று இருந்து கொண்டேயிருக்கிறது. எப்படி நேரத்தைப் பயன்படுத்துவது என்று யோசனை செய்யுங்கள், இயற்கையை, நுண்ணுயிர்களைக் காப்பாற்றுங்கள் என்று தொடர்ந்து வலியுறுத்திவருகிறார்.

சமீபத்தில் வெளியான அவரது நேர்காணல் ஒன்றில் தனது அனுபவத்திலிருந்து ஒவ்வொரு மனிதனுக்குத் தேவையான மூன்று விஷயங்கள் உள்ளன என்று குறிப்பிடுகிறார்.

அவை 1) caring 2) sharing 3)daring.

தன்னைச் சுற்றியுள்ள மனிதர்களின் மீதும் தன்மீதும் காட்ட வேண்டிய அக்கறையே ஒரு மனிதனின் முதல்பணி. இது உடல்நலம் சார்ந்தது மட்டுமல்ல. மனிதனின் சிந்தனை செயல்பாடு, சமூகமாற்றம் யாவற்றோடும் தொடர்பு உடையது. அக்கறையில்லாத மனிதன் அரை மனிதனே.

இரண்டாவது தன்னிடமிருப்பதைப் பங்குபோட்டுக் கொள்வது. உடனே பணத்தையா என்று தான் கேள்வி உருவாகிறது. பணமில்லை. பங்கு போட்டுக் கொள்வது என்பது பகிர்ந்து கொள்வது. இந்தியாவின் செல்வங்கள் இங்குள்ள மனிதர்களின் ஆசையைப் போக்கி கொள்ளப் போதுமானது. ஆனால், மனிதர்களின் பேராசையைப் போக்க இதனால் இயலாது என்று காந்தி குறிப்பிடுகிறார். அது தான் நிஜம்.

காரணமற்ற பேராசையும், அளவிற்கு மீறிச் சேர்த்து வைத்து முடக்கிக் கொள்ளும் அதிகார வேட்கையும் மாற வேண்டும். ஆப்பிள் மரம் தன்னிடமிருக்கும் ஆப்பிளைத் தர எவரிடமும் காசு கேட்பதில்லை. கீரை தன்னைப் பூமியிலிருந்து பறித்து உணவாக்கிக் கொள்ளும் மனித செயலுக்கு ஒருநாளும் எதிர்ப்பு கொள்வதில்லை. அவை தன் வாழ்வை மனிதர்களோடு பகிர்ந்து கொள்கின்றன. அதுபோலத் தனது தேவைகளை வரையறை செய்துகொண்டுவிட்டு முடிந்தவற்றைப் பகிர்ந்து கொள்வது மிக முக்கியமானது.

மூன்றாவது துணிச்சல். நம்மைச் சிறு செயல்கூடச் செய்யவிடாமல் தடுத்து நிறுத்தி வைத்திருப்பது நமக்குள் உள்ள பயமே. தோல்வியைப் பற்றியே எப்போதும் சிந்திக்கின்றவர்களாக இருக்கிறோம். துணிச்சல் ஒன்றால் மட்டுமே எதையும் சாதிக்க முடியும். எல்லாப் பயணங்களும் முதலடியில் இருந்தே துவங்குகின்றன. ஆகவே, துணிச்சல் இல்லாத மனிதன் நடைப்பிணம் போன்றவன். எனக்குள் இருந்த துணிச்சல் மட்டுமே உலகைச் சுற்றி வரச் செய்தது என்கிறார்.

எண்பது நாட்களுக்குள் சுற்றிவந்த உலகம் என்றொரு புனைகதையை என் பள்ளிநாட்களில் வாசித்திருக்கிறேன். அது எல்லாம் நிஜம் தானா என்று ஆச்சரியமாக இருக்கும். பிறகு 1980களில் உண்மை மனிதனின்

கதை என்று ஒரு ரஷ்ய நாவல் வெளியானது. அது யுத்த கைதி ஒருவன் பல மாதங்கள் நடந்தே கடும் பனிப் பிரதேசத்தைக் கடந்து வருவதைப் பற்றியது. யாருமற்ற பனிப் பிரதேசத்தில் ஒரு மனிதன் படும் அவதியை விவரித்தது. அதன் பிறகு எனக்குள் பெரிய மாற்றத்தை உருவாக்கியது சதீஷ்குமாரின் புத்தகம்.

ஒருவகையில் நடை என்பது வெறும் உடற்பயிற்சி மட்டுமல்ல, அது ஒரு எதிர்ப்பு உணர்வு. ஒரு கலாச்சார அடையாளம், ஒரு கருவி என்பதைப் புரிந்து கொள்வதற்கும், என்றோ சரித்திரத்தில் படித்த யுவான்சுவாங்கும், அல்பெரூனியும் மட்டுமே யாத்திரிகர்கள் அல்ல. இதுபோன்ற சமூகமாற்றத்திற்கான முன்குரல் எழுப்புகின்றவர்கள் மேற்கொள்ளும் பயணங்களும் கொண்டாடப்பட வேண்டியது என்பதையும் உணரச் செய்தது.

தனது நடைப்பயணத்தில் பெர்சியா போனபோது அங்கே சதீஷ்குமார் மக்களிடம் ஒரு கதையைச் சொல்லியிருக்கிறார்.

ஐநூறு வருசத்தின் முன்பாக ஒரு மாமன்னரின் அரண்மனைக்குப் பௌத்த துறவி ஒருவர் வந்திருக்கிறார். மன்னர் அவரை வரவேற்று தனக்கு ஏதாவது உபதேசம் செய்யுங்கள் என்று சொன்னார்.

உடனே துறவி நன்றாக உறங்குங்கள் என்று ஆசி தந்திருக்கிறார். மன்னர் என்ன இது உறங்கச் சொல்லி ஆசி தருகிறாரே என்ற தயக்கத்துடன், தான் ஏற்கனவே நிறைய நேரம் உறங்குவதாகவும், அதனால் தான் கவனிக்கப்பட வேண்டிய பல பணிகள் தாமதமாகின்றன என்பதால் தான் அதிகாலையில் எழுந்து பின்னிரவு வரை விழித்து வேலை செய்ய வேண்டியிருப்பதாகச் சொன்னார்.

உடனே துறவி இல்லை மன்னர் எவ்வளவு அதிகமான நேரம் தூங்குகின்றாரோ அவ்வளவு மக்களுக்கு நல்லது என்றார். மன்னருக்குக் கோபம் வந்துவிடவே முட்டாள் போலப் பேசாதீர்கள் என்று கண்டித்தார் .

அதற்கு துறவி சிரித்தபடியே, மன்னா விழித்திருக்கும் நேரத்தில் உங்களோடு சேர்ந்து கோபமும் விரோதமும், அதிகாரம் செய்யும் ஆசையும் விழித்துக் கொண்டுதானிருக்கிறது. அதனால் பாதிக்கப்படுகின்றவர்கள் மக்களே. ஆகவே நீங்கள் உறங்கும் போது மக்கள் நிம்மதியாக இருக்கிறார்கள் என்று சொல்லியிருக்கிறார்.

இந்தக் கதையை மக்கள் ரசித்துப் பாராட்டியிருக்கிறார்கள். உலகம் முழுவதும் அணு ஆயுதம் கையில் வைத்திருப்பவர்கள் இந்த மன்னரைப் போல நீண்ட நேரம் உறங்க வேண்டியவர்கள். அவர்கள் விழித்திருப்பது உலகிற்கு ஆபத்தானது என்று சொல்கிறார் 70 வயதைக்கடந்த சதீஷ்குமார்.

இவரது A Path Without Destination புத்தகம் பாடமாக வைக்கப்பட வேண்டிய ஒன்றாகும். மண்புழுக்கள் கூடத் தன் உடலை இழுத்து இழுத்துக் கொண்டு ஒரு இடம் விட்டு மற்றொரு இடம் ஊர்ந்து

கொண்டுதானிருக்கின்றன. மனிதர்கள் மட்டும்தான் தன் இருப்பிடத்திற்கு வெளியில் உலகமில்லை என்று நினைத்துக் கொண்டிருக்கிறார்கள். அத்தோடு சுய லாபங்களுக்காக இயற்கை வளங்களையும் காரணமின்றி அழித்துக் கொண்டிருக்கிறார்கள்.

தொலைக்காட்சி பெட்டியின் வழியாக மட்டுமே உலகை அறிந்து கொள்ள முயற்சிக்காமல் சற்றே வெளியேவந்து பார்க்கவும், நடக்கவும், சுற்றியலையவும் ஆசைப்படுகின்றவர்கள் கட்டாயம் வாசிக்கவும் கற்றுக் கொள்ளவும் வேண்டிய முக்கிய நூலிது.

நடந்து பாருங்கள் உலகம் மிகப்பெரியது.

A PATH WITHOUT DESITINATION -SATHISH KUMAR

PENGUIN- LONDON

# 10. லுடேவிக் ஹப்ளர்
## சாலை திறந்து கிடக்கிறது

**சா**லையின் நடுவே எங்காவது பழுதடைந்து போன பைக், கார் அல்லது பேருந்தின் காரணமாகக் கைவிரல்களை உயர்த்திக்காட்டி லிப்ட் கேட்பவர்களைக் கண்டிருக்கிறீர்களா?

நம்மில் வெகுசிலரே அவர்களுக்கு உதவி செய்திருப்போம். மற்றவர்கள் நமது வாகனத்தில் எதற்குத் தெரியாத மனிதர் என்று திரும்பிக் கூடப் பார்ப்பதில்லை. அரிதாகச் சிலர் தங்களது வாகனங்களில் வழிப் பயணிகளை ஏற்றிக் கொண்டு செல்வார்கள்.

அப்படிச் சாலையில் மாட்டிக்கொண்டு உதவி வாகனத்தைப் பிடித்து ஒரு இடம் விட்டு மற்றொரு இடம் வந்த பல அனுபவங்கள் எனக்கு நேர்ந்திருக்கிறது. பைக், டிராக்டர், லாரி, ராணுவத்திற்குச் சொந்தமான ஜீப் என்று அறியாத மனிதர்களின் தயவில் கடந்து வந்திருக்கிறேன்.

பெரும்பான்மையினருக்குப் பயணம் என்பது எவ்விதமான சிறு தடங்கலும் இல்லாமல் எல்லாமே முன்கூட்டி முடிவு செய்யப்பட்டு இருக்கை வசதி துவங்கி வழியில் சாப்பிடும் வாழைப்பழம் வரை யாவும் முறையாக இருக்க வேண்டும். அந்த ஒழுங்கில் எங்கே சிறு

தவறு நேர்ந்தாலும் பதற்றம் அடைந்து போய்விடுகிறார்கள். இப்போது செல்போன்கள் வந்தபிறகு பயணத்தில் ஏறிய இடம் துவங்கி வந்திறங்கும் இடம்வரை பேசிக் கொண்டேயிருக்கிறார்கள்.

ஒரு முறை ராமநாதபுர மாவட்டத்தில் உள்ள திருச்சுழி என்ற ஊரின் அருகே இரவில் பேருந்து பயணத்தில் பழுது ஏற்பட்டது. இருட்டிற்குள்ளாகவே ஒரு மணி நேரத்திற்கும் மேலாகக் காத்து கிடந்தோம். அந்தப் பகுதியில் வேறு பேருந்து கிடைக்காது என்பதால் நடக்கும் வரை நடந்து செல்லலாம். எங்காவது வேறு வாகனம் கிடைத்தால் போய்விடலாம் இல்லாவிட்டால் பழுது நீக்கப்பட்டு வரும் பேருந்திலே ஏறிச்செல்லலாம் என்று அறிவித்த போது, உடன் வருவதற்கு நான்கு பேரே முன்வந்தார்கள். நான்கு பேரும் இரவில் நீண்ட சாலையில் நடக்கத் துவங்கினோம்.

அநேகமாக விடிகாலை வரை நடந்திருப்போம். வேறு வாகனங்களே வரவில்லை. எதற்காக இப்படி நடக்கிறோம் என்று எவருக்கும் தோன்றவில்லை. ஆனால், லேசான குளிரும், புளியமரங்கள் அடர்ந்த சாலையில் கசியும் மணமும் ஆகாசத்தின் மென்னொளியும், இராப்பூச்சிகளின் சப்தமும் நடையைச் சோர்வடையாமல் செய்தது. அன்றிரவு தொலைதூர கிராமங்களின் மீது எப்போதும் மறையாத வெளிச்சம் ஒன்று பரவியிருப்பதைக் கண்டேன். அந்தக் காட்சி இன்றும் என் கண்ணில் படிந்திருக்கிறது.

ஆனால், நான் அறிந்தவரை எவரும் விரும்பி சாலையில் எதிர்ப்படும் எவராவது தன்னை ஏற்றிக் கொண்டு செல்வார்கள் என்று மட்டுமே நம்பி பயணம் மேற்கொள்வதில்லை.

கையில் காசிருந்து முறையாகப் பயணம் செய்யும்போதே ஆயிரம் தடுமாற்றங்கள் அசௌகரியங்கள் ஏற்படுகின்றன என்று புலம்பும் மக்களின் நடுவில் தன் கையிலிருந்து பயணத்திற்காக ஐந்து பைசா கூடச் செலவு செய்யாமல் ஒரு மனிதன் உலகம் முழுவதையும் கடந்து வந்திருக்கிறான் என்ற செய்தி நிச்சயம் நிஜம் என்றே நம்ப முடியாதது தான்.

ஆனால், இது உண்மை. பிரெஞ்சு தேசத்தைச் சேர்ந்த லுடோவிக் ஹப்ளர் (Ludovic Hubler) என்ற இருபத்தைந்து வயது இளைஞன் சாலையில் எதிர்ப்படும் வாகனங்களிடம் உதவிக் கேட்டு மட்டுமே பயணம் செய்வது என்று முடிவு செய்து கிட்டதட்ட 1700000 கிலோ மீட்டர் தூரத்தைக் கடந்துச் சென்றிருக்கிறான்.

அதுவும் 59 நாடுகள் 1825 நாட்கள் கார்கள், டிரக், ஒட்டகம், கழுதைச் சவாரி, படகு என்று தன்னைக் கடந்து செல்லும் எந்த வாகனமாக இருந்தாலும் நிறுத்தி உதவிக் கேட்டு உலகைச் சுற்றி யிருக்கிறான். காசிருந்தால் மட்டுமே பயணம் செல்லமுடியும் என்பதைத் தாண்டி அடுத்த மனிதர்களின் மீது உள்ள நம்பிக்கையாலும் உலகைச் சுற்றிவர முடியும் என்பதற்குச் சான்று லுடோவிக்.

இவனது உலகப்பயணத்தைச் சாத்தியமாக்கியவர்கள் 1300 வாகன ஓட்டிகள். அவர்கள் சாலையில் நின்றபடியே விரலை உயர்த்தி வழிப்பயண உதவிகேட்ட லுடோவிக்கிற்கு உதவி செய்திருக்கிறார்கள். சில வாகனங்களில் இருநூறு முதல் ஐந்நூறு கிலோ மீட்டர் வரை பயணம் செய்திருக்கிறான்.

பனி மூடிய சாலையில் குளிருடன் நடுங்கியபடியே யாராவது ஒருவர் தனக்கு லிப்ட் கொடுக்க மாட்டார்களா என்று 26 மணி நேரத்திற்கும் அதிகமாக ஒருமுறை காத்திருந்திருக்கிறான். அதைத் தவிர அவனது பயணத்தில் உதவ முன்வந்த பெரும்பான்மையினர் எளிமையான, அடித்தட்டைச் சேர்ந்த காரோட்டிகளே. அவர்கள் தங்களால் முடிந்த அளவான தூரத்திற்கு லுடோவிக்கை வாகனத்தில் கொண்டு இறக்கி விட்டிருக்கிறார்கள்.

2003ம் ஆண்டின் புத்தாண்டு கொண்டாட்டம் துவங்கியபோது தன் நண்பர்களோடு ஆல்ப்ஸ் மலையில் இருந்து தனது உலகப் பயணத்திற்கான முதலடியை லுடோவிக் துவங்கினான். அப்போது வயது 25.

பயணத்திற்காகக் கையிலிருந்துச் செலவு செய்யாமலே உலகைச் சுற்றி வரவேண்டும் என்று நீண்ட நாட்களாகவே கனவு கண்டு கொண்டிருந்த லுடோவிற்கிற்கு, வழிச்செலவிற்குத் தேவையான பணத்தைச் சேமிக்கச் சில வருடங்களாகிப் போனது. சாப்பிடுவதற்கும், தங்குவதற்கும் அடிப்படையாக நாள் ஒன்றுக்கு பத்து டாலர் செலவு செய்வது என்ற முடிவுடன் தனது பயணத்தைத் துவக்கினான்.

ஆல்ப்ஸ் மலையில் பயணம் துவங்கும் போதே, எந்தக் காரணத்தை முன்னிட்டும் தனது சொந்த செலவில் எந்த வாகனத்திலும் செய்யக் கூடாது. அதுபோலவே தான் மேற்கொள்ளும் இலவசப் பயணங்கள் உத்தேசித்துள்ள நகரின் வழியில் உள்ள பெட்ரோல் பங்க் வரை மட்டும் தான். அதன் பிறகு இன்னொரு வாகனத்தை நாடிச் செல்லவேண்டும் என்று முடிவு செய்து கொண்டு அதற்காகத் தன் பயணத்தைத் துவக்கியிருக்கிறான்.

2003ம் ஆண்டின் புத்தாண்டு இரவில் சாலையில் நின்றபடியே லிப்ட் கேட்டபோது, முதலாக அவரைத் தன்னுடைய வாகனத்தில் ஏற்றிக் கொண்டவர் இது சாத்தியமில்லை என்று சிரித்தபடியே அவரைப் பனியில் இறக்கிவிட்டுச் சென்றிருக்கிறார்.

நண்பர்கள் குடும்பம் யாவும் துறந்து பெயரற்ற ஒரு சாலையில் நின்றபோது தான் இனி வீடு திரும்ப முடியுமா என்ற சந்தேகம் லுடோவிற்கு உண்டானது. ஆனாலும் உலகை நோக்கி சாலை திறந்து கிடக்கிறது. செல்வதற்குத் தேவையான மனத்துணிச்சல் மட்டுமே நமக்கு வேண்டும் என்ற உறுதியோடு அடுத்த வாகனத்தின் வருகைக்காகக் காத்திருக்கிறான்.

தனது இந்தப் பயணத்தின்போது, வாழ்க்கையை நேரடியாக அருகில் இருந்து கற்றுக் கொண்டதாகச் சொல்லும் லுடோவிக் பெரும்பான்மை மனிதர்களுக்கு அடுத்தவர் மீதான நம்பிக்கை குறைந்து போய்விட்டது. சாலையில் கடந்துச் செல்லும் வாகனங்களில் எண்பது சதவீதம் வழியில் நிற்கும் மனிதனைக் கண்டு கொள்வதில்லை. தான் சாலையில் உதவிகேட்டு நிற்பதை அறிந்தும் ஒரு லட்சத்துக்கு அதிகமான வாகனங்கள் அலட்சியமாகக் கடந்து போயிருக்கின்றன.

அதற்கு முக்கியக் காரணம் பயம். அது ஒருவகையில் உண்மையும் கூட. வழிப்பறி ,கொலை ,கொள்ளை யாவும் சாலையில் தான் அதிகமாக நடக்கிறது. ஆனால், அதையும் தாண்டி அறியாத மனிதர்களுக்காக உதவி செய்ய வருகின்றவர்கள் தொழிலாளர்கள், ஏழ்மையான

மனிதர்கள். அவர்கள் பல நேரங்களில் தங்குமிடம் மற்றும் உணவு தந்து லுடோவிக்கை ஓர் இடத்திலிருந்து மற்றோர் இடத்திற்கு அனுப்பி வைத்திருக்கிறார்கள்.

தனது பயணத்தை வெறும் சாகசப் பயணமாக மட்டுமே கொள்ளாமல் தான் கடந்து செல்லும் வழியில் உள்ள பள்ளி, கல்லூரி மற்றும் தன்னார்வ நிறுவனங்களில் உலகச் சமாதானம் மற்றும் அன்பு குறித்துத் தான் கண்ட தெரிந்த செய்திகளைப் பகிர்ந்து கொண்டிருக்கிறான் லுட்விக்.

அவன் நினைத்தது போலப் பயணம் எளிமையானதாக இல்லை. சில இடங்களில் கால் கடுக்க நாள் முழுவதும் நின்று கொண்டேயிருந்தால் ஏதாவது ஒரு வாகனம் நிறுத்தப்படும். ஆனால், அவர்கள் எளிதில் வாகனத்தில் ஏற்றிக் கொள்ள மாட்டார்கள். அத்தோடு அவர்களின் மொழி தெரியாத காரணத்தால் உரையாடவும் முடியாது.

இதற்காகவே தன்னைப் பற்றிய குறிப்புகளை ஒரு அட்டையில் பலமொழிகளில் எழுதி அதை நீட்டிக் காட்டுவது அவனது வழக்கம். அப்படியும் நம்ப மறுப்பார்கள். ஒரு வாகன ஓட்டி அவனை வண்டியில் ஏற்றிக்கொண்டு வாகனமே கிடைக்காத சாலை ஒன்றில் வேண்டும் என்றே கொண்டு போய்விட்டுவிட்டுச் சென்று விட்டான். அங்கிருந்து நெடுஞ்சாலையை நோக்கி நடந்து வந்து ஒரு வாகனத்தைப் பிடிக்க இருபத்தியிரண்டு மணி நேரமாகியிருந்திருக்கிறது. வழியில் சாப்பாடு தண்ணீர் கூட கிடையாது.

தனது ஐந்தாண்டு பயணத்தில் வாகனத்தில் பயணம் செய்த நேரத்தை விடவும் அதற்காகக் காத்திருந்த நேரமே அதிகம் என்று குறிப்பிடும் ஹெப்ளர் ஆங்காங்கே 450 இடங்களில் தங்கியிருக்கிறான். சில இடங்களில் போலீசாரிடம், ராணுவத்திடம் பிடிபட்டிருக்கிறார்.

இரவுக்காவல் என்று சிறைச்சாலைகளில் தங்க வைக்கப் பட்டிருக்கிறான். சில இடங்களில் வேறு வழியில்லாமல் பெண்களைப் போலப் பர்தா அணிந்துக் கொண்டு உதவி கேட்டுப் பயணம் செய்திருக்கிறான்.

இந்தப் பயணத்தின் ஒருபகுதியாக இந்தியாவிற்கு வருகை தந்து டெல்லி ,பனாரஸ் ,கல்கத்தா ,மும்பை, பெங்களூரு என்று சுற்றியலைந்து திரும்பி யிருக்கிறான். இந்தியாவைப் பற்றிய தனது பதிவுகளில் காந்தியின் மீதான ஈர்ப்பு, அதிகமான மக்கள் ஆங்கிலத்தை எளிதில் புரிந்து கொள்வது, தன்னார்வ நிறுவனங்களின் செயல்பாடுகள் மிக ஆரோக்கியமாக உள்ளன என்று பாராட்டுவதுடன் இங்குள்ள மாறுபட்ட கலாச்சாரங்களின் மீதான வியப்பும், இந்திய இசை மற்றும் திரைப்படங்கள், உணவு மீது உள்ள ஆர்வத்தையும் வெளிப்படுத்துகிறார்.

இந்தியாவில் தனக்குப் பிடிக்காத பத்து விஷயங்கள் என்று இவர் பட்டியல் இட்டுள்ளது மிக முக்கியமான ஒன்றாகும்.

## இந்தியாவெங்கும் நிரம்பியுள்ள குப்பைகள்

நகரங்கள் வீதிகள் வீடுகள் என்று எல்லாப் பொது இடங்களிலும் குப்பைகள் நிரம்பி வழிகின்றன. சாலைகளில் கால் வைக்கமுடியாத நிலை உள்ளது. குப்பை குறித்த விழிப்புணர்வு முற்றிலும் இந்தியாவில் இல்லை.

## சுயநலம்

எண்பது சதவீத இந்தியர்கள் ரயிலில் டிக்கெட் எடுப்பதில் துவங்கி, அன்றாடச் சின்னஞ்சிறு காரியங்கள் வரை அடுத்த மனிதர்களைப் பற்றி எவ்விதமான அக்கறையும் இன்றியே செயல்படுகிறார்கள். சுயநலம் என்பது மிதமிஞ்சியும், அடுத்தவர்களைச் சகிக்க முடியாத அளவிலும் காணப்படுகிறது.

## நன்றி தெரிவிக்க மறுப்பது

யாரும் யாருக்கும் எந்த நிலையிலும் நன்றி சொல்லிக் கொள்வதில்லை. ப்ளீஸ், தேங்க்ஸ் என்ற வார்த்தைகளைப் பயன்படுத்துகிறவர்கள் சொற்பமே.

## புரியாத விஷயங்கள்

எதற்காக மக்கள் இவ்வளவு சப்தமாகச் செல்போனில் பேசுகிறார்கள். திரை அரங்கங்களில் வந்த பிறகும் ஏன் மக்கள் பேசிக் கொண்டே யிருக்கிறார்கள். பொது இடங்களில் மூத்திரம் பெய்வது, எச்சில் துப்புவது, காரை நிறுத்துவது என்ற பழக்கம் ஏன் யாரையும் பாதிப்பதில்லை. காரணமில்லாமல் மற்றவர்கள் மீது எரிந்து விழுவது, சின்னஞ்சிறு விஷயங்களில் கூட ஏமாற்றுவது என்பது ஏன் என்றே புரியவில்லை.

## எதுவும் எளிதில் கிடைப்பதில்லை

இந்தியாவில் எதுவும் எளிதில் கிடைப்பதில்லை. எல்லா இடங்களிலும் தள்ளுமுள்ளு, போன் பேசச் சென்றால் அது வேலை செய்யாது. இன்டர்நெட் மையங்களுக்குச் சென்றால் அது முறையாக இருக்காது. இருந்தால் அவர்கள் கேட்கும் பணம் மிக அதிகமாகயிருக்கும். இதுபோலவே உணவகம், தங்குமிடம், பயணம் என்று எதிலும் எவ்விதமான ஒழுங்கும் முறைமையும் இருப்பதில்லை.

## சாதி

எல்லா மாநிலங்களிலும் சாதி முக்கியமான பிரச்சனை. யாரை சந்திக்கச் சென்றாலும் சாதியை பற்றிப் பேசுகிறார்கள். சாதியின் பெயரால் ஏற்படும் அதிகாரம் சச்சரவுகள் நீக்கமற்று உள்ளது.

## ஏமாற்றிவிடலாம் என்ற எண்ணம்

நண்பனே, சகோதரனே என்று அன்பொழுக அழைத்து உபசாரம் செய்தபோது, அடிமனதில் இவன் வெளிநாட்டுக்காரன் இவனை

எப்படியாவது ஏமாற்றிவிடலாம் என்ற எண்ணம் பெரும்பான்மை யினருக்கு உள்ளது. வெளிநாட்டுப் பயணிகளை பணம் காய்க்கும் மரமாகவே கருதுகிறார்கள்.

## லஞ்சம் ஊழல்

பள்ளிப்படிப்பில் துவங்கி கடவுச்சீட்டு வாங்குவது வரை எல்லாவற்றிலும் நீக்கமற லஞ்சம் உள்ளது. லஞ்சம் கொடுப்பது வாங்குவது பற்றி எவ்விதமான குற்றவுணர்வும் எவருக்கும் கிடையாது.

## பொது வெளிகள்

கோயில்களைத் தவிர வேறு பொது வெளிகள் கிடையாது. மக்கள் ஒருவரோடு மற்றவர் சந்தித்துப் பேசி, கொண்டாடி மகிழ கலாச்சார வெளிகள் கிடையாது. நடன அரங்கம், மதுவிடுதிகள் போன்றவை தடைச்செய்யப்பட்ட பகுதி போன்றவை. மக்கள் சேர்ந்து ஒன்றாகப் பகிர்ந்து கொள்ளௗம் வார இறுதி கொண்டாட்டங்கள் இந்தியாவில் மிக அரிது.

## இன்றும் மக்கள்

ஏழ்மை, வறுமை, அரசியல் பாகுபாடு என்று பல்வேறு பிரச்சனைகள் பல லட்சம் மக்கள் இன்றும் கல்வி கற்ற வசதியற்று உள்ளார்கள். கோயில்கள் மிக முக்கிய வணிக மையமாகி விட்டிருக்கிறது.

தனது பயணத்தில் திபெத்திற்குச் சென்று தலாய் லாமாவைச் சந்தித்தது மிகமுக்கிய நிகழ்வு என்று சொல்லும் ஹப்ளர் இதற்காக ஓர் ஆண்டு காத்திருக்க வேண்டியிருந்திருக்கிறது. தலாய் லாமாவை சந்திப்பதற்கான நேரம் கேட்டு ஒரு ஆண்டு தொடர்ந்து மின்னஞ்சல் அனுப்பிக் காத்திருந்து பயன் இல்லாமல் திபெத்திற்குள் பயணம் செய்திருக்கிறார்.

திபெத்தில் முறையான வாகனங்களின் வழியே பயணம் செல்லாமல் வழிப்பயணியாக யாராவது உள்ளே நுழைந்தால் அவர்கள் உடனடியாகப் பிடிக்கப்பட்டுச் சிறையில் அடைக்கப்பட்டுவிடுவார்கள் என்பது சட்டம். ஆகவே, திபெத்திற்கு எப்படிப் போவது என்று தடுமாறிப் போயிருக்கிறான்.

தனது மனவுறுதியின்படியே ஒவ்வொரு இடமாக உதவி கேட்டு திபெத் எல்லை வரை சென்றபோதும் அவர் முறையான வாகனத்தில் வரவில்லை என்று தங்குமிடம் மறுக்கப்பட்டிருக்கிறது. தெரிந்த இடத்தில் தங்கி

நேரடியாகத் தலாய்லாமாவின் காரியதரிசியைச் சந்தித்து விளக்கியபிறகு, அவனுக்கு அனுமதி வழங்கப்பட்டிருக்கிறது. மூன்று நிமிட நேரம் தலாய் லாமாவைச் சந்தித்துப் பேசியிருக்கிறான்.

இந்தச் சந்திப்பிற்காகத் திபெத் எல்லையில் காத்திருந்தபோது திபெத்திலிருந்து புனித யாத்திரை செல்லும் மக்களைச் சந்தித்திருக்கிறான். அவர்கள் இமயமலையை நோக்கி வரையான 2000மைல் தூரத்தை நடந்தே கடக்கக்கூடியவர்கள். அப்படி நடக்கும் போது ஒவ்வொரு அடி எடுத்து வைத்தபிறகும் தலையால் பூமியைத் தொட்டு வணங்கி தன்னை ஆசிர்வதிக்கும்படியாக வேண்டிக் கொண்டே நடக்கிறார்கள். அதனால் ஒரு மனிதன் இந்தப் பயணத்திற்குள் பல்லாயிரம் தடவை பூமியைத் தனது தலையால் தொட்டு வணங்கியிருப்பான். அதுதான் புனித பயணத்தின் உன்னதம் என்று விவரிக்கிறான்.

பாகிஸ்தானிற்குள் நுழைவதற்காக அனுமதி கிடைக்காதபோது, அவனைப் பிரெஞ்சு தூதரகம் திரும்பிச் செல்லும்படியாக வற்புறுத்தியிருக்கிறது. ஆனால், தொடர்ந்து காத்திருந்து அனுமதி வாங்கி உள்ளே சென்றிருக்கிறான்.

ஆப்கான், பாகிஸ்தான் பற்றிய பொது அபிப்ராயங்கள் யாவும் தவறானவை. அங்கும் மக்கள் உலகமெங்கும் உள்ளவர்களைப் போலவே அன்புடன் நடத்துகிறார்கள். வறுமையும், ஏழ்மையும் நிரம்பியிருக்கின்றன. ஊடகங்கள் உருவாக்கும் பொய்களைத் தாண்டிய நிஜத்தை நேரடியாகக் கண்டேன் என்கிறான் லுட்விக். அதே நேரம் வன்முறை, தீவிரவாதம், அடிப்படைவாதம் போன்றவற்றால் எளிய மக்கள் எந்த அளவு உயிரிழப்பும் பயமும் கொண்டிருக்கிறார்கள் என்பதையும் வலியுறுத்துகிறான்.

உலகெங்கும் அடிப்படை வசதிகள் கூடக் கிடைக்காமல் லட்சக்கணக்கில் மக்கள் இன்றும் அவதிப்படுகிறார்கள். அதுதான் தன் பயணத்தில் கண்ட முக்கிய உண்மை என்று சொல்லும் ஹப்ளர் எந்த ஒரு சிறு பொருளையும் வாங்கும்போது இது நமக்கு எளிதாகக் கிடைக்கிறது. ஆனால், இது கிடைக்காதவர்கள் எத்தனை பேர் இருக்கிறார்கள் என்ற எண்ணம் மனதில் இப்போது உருவாகிறது. இந்த எண்ணத்திற்குக் காரணம் உலகப்பயணம் தான் என்கிறார்.

ஐந்தாண்டு காலம் உலகம் சுற்றி முடிந்துத் திரும்பி ஹப்ளரிடம் தனது பயணத்தைப் பற்றி என்ன சொல்ல விரும்புகிறீர்கள் என்று பத்திரிக்கையாளர்கள் கேட்டபோது அவன் சொன்ன ஒரே வார்த்தை Never Again.

சகமனிதனை நம்பித் துவங்கிய பயணம் வெற்றிகரமாகவே நடந்தேறியிருக்கிறது. உண்மையில் உலகம் முழுவதும் சாலைகள் திறந்துகிடக்கின்றன. அதை நோக்கிச் செல்லும் மனத் துணிவும், அடுத்த மனிதர்கள் மீது மெய்யான அக்கறையும் இருந்தால் உலகம் சுற்றுவது எளிதானதே.

அதற்கு மொழியோ, பொருளாதாரக் காரணங்களோ தடையில்லை. சரித்திர காலச் சாகசப் பயணிகளாக யுவான்சுவாங், பாஹியான் பற்றி வாசிக்கையில் சிலிர்ப்புக் கொள்ளும் நாம் அருகாமையில் உள்ள அறியாத இடங்களை நோக்கிப் பயணம்செய்யவே தயங்குகிறோம்.

எல்லாப் பயணங்களும் வலிகளும் வேதனைகளும் அவமானங்களும் நிரம்பியதே. அந்த வலியைத் தாண்டி பயணம் நமக்குள் உருவாக்கும் அக சந்தோஷம், உலகில் பலரும் கண்டிராத இயற்கை காட்சிகள், மனிதமுகங்கள், கொண்டாட்டங்கள் என்று நீளும் நினைவுகள் தான் பயணம் தரும் சந்தோஷம். அதற்காகவே பயணம் செய்யலாம்.

hitchhiking tour of the world -ludovic hubler
HARPER LONDON

# 11. கப்பல் ஏறிய ஒட்டகச் சிவிங்கி

சில நாட்களுக்கு முன்பாக என் பையன் ஒட்டகச்சிவிங்கி எப்படி இந்தியாவிற்கு வந்தது என்று கேட்டான். அப்போது தான் அது ஆப்ரிக்காவில் இருந்து இந்தியாவிற்கு வந்த விலங்கு என்பதே நினைவுக்கு வந்தது. உடனே ஆப்ரிக்காவில் இருந்து கப்பலில் வந்தது என்று சொன்னேன். அவன் எப்போது வந்தது, யார் கொண்டு வந்தார்கள். தமிழ்நாட்டிற்கு எப்போது வந்தது என்று கேட்டான். பதில் தெரியாத இந்தக் கேள்வி என்னை ஒட்டகச்சிவிங்கிகளின் பின்னால் அலையச் செய்தது.

ஒட்டகச்சிவிங்கி என்ற சொல்லை எவ்வளவோ முறை பயன்படுத்தி யிருக்கிறோம். எப்படி அந்தச் சொல் ஒட்டகச்சிவிங்கிக்கு வந்தது. தமிழ் மக்கள் முதன்முறையாக எப்போது ஒட்டகச் சிவிங்கியைப் பார்த்தார்கள். எப்படி அந்த அதிசயத்தை எதிர் கொண்டார்கள்.

என்னுடைய பத்துவயதில் மிருகக்காட்சி சாலையொன்றில் முதன்முறையாக ஒட்டகச்சிவிங்கியைப் பார்த்தேன். வியப்பாக இருந்தது. எப்படி அதற்கு மட்டும் கழுத்து இவ்வளவு உயரமாக இருக்கிறது என்று

பார்த்துக் கொண்டேயிருந்தேன். அமைதியாக ஒட்டகச்சிவிங்கி அருகாமை மரத்திலிருந்து இலைகளைப் பறித்துச் சாப்பிட்டுக் கொண்டிருந்தது. ஒட்டகச்சிவிங்கியைப் பார்க்கும் வரை அருகில் உள்ள எவரது கழுத்தையும் உற்றுப்பார்க்க வேண்டும் என்று தோன்றியதேயில்லை.

ஆனால், அதைப் பார்த்த நிமிடத்திலிருந்து என்னோடு வந்த மாணவர்கள், ஆசிரியர், பார்வையாளர்கள் என அத்தனை பேருக்கும் கழுத்து எவ்வளவு உயரமிருக்கிறது என்று கவனித்துக் கொண்டேயிருந்தேன். மிகச் சிறிய கழுத்துக் கொண்டவர்கள். கழுத்து அமுங்கிப் போனவர்கள், சாய்ந்த கழுத்துக் கொண்டவர்கள், ஒல்லி கழுத்தாளர்கள் என்று பார்க்கப் பார்க்க சிரிப்பாக இருந்தது.

சிவிங்கி என்ற பெயரில் ஒரு பறவை, ஒரு வகை மீன், ஒருவகைச் சிறுத்தை இருப்பதாகத் தமிழ் அகராதிகள் குறிப்பிடுகின்றன. ஆனால், இந்தப் பெயர் எப்படி ஒட்டகச்சிவிங்கிக்கு வந்தது என்பது பற்றிய விபரங்கள் எதுவுமில்லை.

•••

சரித்திரம் விசித்திரங்களால் நிரம்பியது. மன்னர்களின் வாழ்வும் சாவுமே சரித்திரத்தின் பிரதானம் என்பது விலகி இன்று சரித்திரத்தின் அறியப்படாத கிளை வழிகள் கவனத்திற்கு உள்ளாகின்றன. குறிப்பாக சரித்திரம் எப்படி எழுதப்பட்டது, யார் அதை எழுதினார்கள் என்பதே ஆய்வுக்கு உட்படுத்தப்படுகிறது. அத்தோடு சரித்திர விடுபடல்கள், இருட்டடிப்புகள், மறைக்கப்பட்ட உண்மைகள் யாவும் வெளிச்சத்திற்கு வரத்துவங்கிவிட்டன.

ஜெர்மானியக் கவிஞரும், நாடக ஆசிரியருமான பெர்டோல்ட் பிரக்ட் தன்னுடைய கவிதை ஒன்றில் சீனச்சுவரை கட்டியவர்கள் எங்கே உறங்கினார்கள். உலகை வெல்லப் புறப்பட்ட நெப்போலியனோடு ஒரு சமையற்காரன் கூடவா துணைக்குப் போகவில்லை, பாபிலோனிய தொங்கு தோட்டங்களை உருவாக்கியவர்கள் எங்கிருந்து வந்த மக்கள் என்று சரித்திரம் தொடர்பான கேள்விகளை எழுப்பியிருப்பார்.

வரலாறு கல்வெட்டுகளில் மட்டும் எழுதப்படுவதில்லை. ஒவ்வொரு மனிதனும் ஒரு கல்வெட்டு தான், சரித்திர சாட்சி தான். அவன் தன் மூதாதையர்களின் இனத்தொடர்ச்சியை, தன் மொழியின் தொடர்ச்சியைக் கொண்டிருக்கிறான். அதன் சாட்சியாக இருக்கிறான். அவ்வகையில் கலாச்சாரம் மற்றும் மொழி சார்ந்தும் இன்று வரலாறு மீள் வாசிப்பிற்கு உள்ளாகிறது.

அக்பர், பாபர் மட்டும் சரித்திரம் கொண்டிருக்கவில்லை. தக்காளியில் இருந்து கொய்யாப்பழம், மிளகாய் என அன்றாடம் பயன்படுத்தும் காய்கறிகள்கூட வரலாற்றின் சாட்சிகளாகத் தானிருக்கின்றன. போர்த்துகீசியத்திலிருந்தும், சிலியில் இருந்தும் கொண்டுவரப்பட்ட காய்கறிகள், பழங்கள் நம் வாழ்வோடு இணைந்துவிட்டன.

தக்காளிக்குத் தக்காளி என்ற பெயர் எப்படி வந்தது என்று யோசித்திருக்கிறேன். அது தமிழ் சொல்லா? இல்லை போர்த்துகீசிய சொல்லில் இருந்து உருவானதா? சங்க இலக்கியத்தில் தக்காளி உண்டா? வேறு ஏதாவது இலக்கியச் சான்று இருக்கிறதா என்று தேடியிருக்கிறேன்.

கிராமப்புறங்களில் இந்தக் காய்கறிகளைச் சீமைக்காய்கறிகள் என்பார்கள். இன்று கேரட்டும், உருளைக்கிழங்கும், பீன்சும் நாட்டுக் காய்கறிகள் ஆகிவிட்டன. பீர்க்கை, புடலை அவரை, பாகற்காய் போன்றவை அந்நிய காய்கறிகளாகப் பாவிக்கப்படுகின்றன. உருளைக்கிழங்கின் பின்னால் பெரிய சரித்திரம் ஒளிந்து கொண்டிருக்கின்றது. மிளகாயின் பின்னால் கடலோடிகளின் கதையிருக்கிறது.

ஆகவே, நம் அன்றாட வாழ்வில் பயன்படும் பொருட்களின் சரித்திரம் இன்னமும் எழுதப்படவேயில்லை. உண்மையில் சமையலறைப் பொருட்களை ஆராய்ந்தால் பல சரித்திர உண்மைகள் வெளிப்படும். பாத்திரங்கள் துவங்கி உணவுப்பொருட்கள் காய்கறிகள் சமைக்கும் முறை என்று ஒவ்வொன்றிலும் ஒரு தேசத்தின் ஊடுருவல், கலப்பு உள்ளது. இது போன்ற கலாச்சாரத்தின் வரலாற்றை வாசிப்பதில் தேடி அறிந்து கொள்வதில் எனக்கு எப்போதும் விருப்பம் உண்டு.

•••

ஒட்டகச்சிவிங்கி எப்படி இந்தியாவிற்கு வந்தது என்ற கேள்வியின் பின்னால் சென்றபோது அது ஆப்ரிக்காவின் சோமாலியா பகுதியில் இருந்து வங்காளத்திற்கு வணிகம் செய்ய வந்த கடலோடிகளின் வழியாகப் பரிசாகக் கொண்டு வந்து தரப்பட்டது. வங்காளத்தில் இருந்து அது மைசூர் அரசிற்குப் பரிசு பொருளாக அளிக்கப் பட்டிருக்கிறது. அங்கிருந்து தமிழகத்திற்கு வந்திருக்கிறது என்ற விபரங்களைத் தெரிந்து கொள்ள முடிகிறது. ஆனால், எந்த வருடம், யார் கொண்டுவந்தார்கள் என்று துல்லியமாக அறிய முடியவில்லை.

ஒட்டகச்சிவிங்கி நம் ஊருக்கு வந்ததைத் தேடிப்போய், அது எப்படிச் சீனாவிற்குப் போனது என்பதை அறிந்து கொள்ள முடிந்தது. பதினான்காம் நூற்றாண்டில் சீனா மிகப்பெரிய கடற்பயணத்தைத் துவங்கியது. 317 கப்பல்கள், அதில் 27000 ஆட்கள் என்று பிரம்மாண்டமான கடற்பயணத்திற்கு மன்னர் அனுமதி தந்தார்.

இந்தக் கடற்பயணத்திற்குத் தலைமை ஏற்றவர் ஷாங்ஹே (Zheng He) என்ற அரவாணி. அவர் மன்னர் ஜுடேயின் விருப்பத்திற்கு உரியவராக இருந்தார்.

ஷாங்ஹேயின் அப்பா போரில் இறந்து போய்விடவே, சிறுவயதில் அடிமையாக விற்கப்பட்ட ஷாங்ஹே ஆண் உறுப்புகள் நீக்கப்பட்டு அரண்மனையில் பணிபுரியும் எண்ணிக்கையற்ற அரவாணிகளில் ஒருவராக மாற்றப்பட்டார்.

சீன மன்னர்கள் அரவாணிகளின் படை ஒன்றையே வைத்திருந்தார்கள். அவர்கள் அத்தனை பேரும் பாலுறுப்பு துண்டிக்கப்பட்டு அரவாணி ஆக்கப்பட்டவர்களே. அவர்களது வேலை அந்தப்புரங்களில் காவல் செய்வது, அரசிக்கு மெய்க்காவல் செய்வது போன்றவை. அரவாணிகளாக மாற்றப்பட்ட போதும் அவர்கள் போர்த்திறனில் வலிமை பெற்றிருந்தார்கள்.

ஷாங்ஹே அப்படி வளர்க்கப்பட்டிருந்தார். குறிப்பாக இளவரசராக ஜு டேயிருந்த நாட்களில் அவருக்குச் சேவகம் புரிந்து வந்த ஷாங்ஹே மெதுவாகப் பதவி உயர்வு பெற்று தளபதி என்ற அந்தஸ்தை அடைந்தார்.

அப்போது தான் மிங் வம்சத்தின் மன்னரான ஜுடே அண்டை நாடுகளுடன் வணிக உறவை ஏற்படுத்திக் கொள்ள வேண்டும் என்று விரும்பி ஷாங்ஹே தலைமையில் கடற்பயணம் மேற்கொள்ளும்படியாக அனுமதித்தார். பெரிய பொருட்செலவில் இந்தப் பயணம் மேற்கொள்ளப்பட்டது.

கொலம்பஸின் கண்டுபிடிப்புகளுக்கு முன்னால் இவர்கள் பல தேசங்களுக்குப் போயிருக்கிறார்கள். கொலம்பஸ் கப்பலை விடவும் அவர்களது கப்பல் பெரியது. பரிசுப் பொருட்கள், பாதுகாப்புப் படகுகள், முறையான வழிகாட்டும் வரைபடங்கள் என்று ஷாங்ஹே ஏழு கடற்பயணங்கள் மேற்கொண்டிருக்கிறார்.

28 வருடங்கள், முப்பது தேசங்கள், மூன்று லட்சம் கிலோமீட்டர் துரம் அவரது கடற்பயணம் மேற்கொள்ளப்பட்டிருக்கிறது. இந்த ஏழு பயணங்களின் வழியே அவர் சீனாவிற்கும் பிற தேசங்களுக்குமான நல்லுறவை ஏற்படுத்தியிருக்கிறார்.

இதில் முதல் கடற்பயணத்திலே ஷாங்ஹே இந்தியாவிற்கு வருகை புரிந்தார். வங்காளத்திற்கு வந்திருக்கிறார். பின்பு கேரளாவின் கொச்சிக்கு வந்துசேர்ந்து, அங்கிருந்த மன்னர்களைச் சந்தித்திருக்கிறார். இங்கிருந்து இலங்கை, கம்போடியா, வியட்நாம், என்று கிழக்கு ஆசிய நாடுகளில் கடற்பயணம் மேற்கொண்டிருக்கிறார்.

அப்படி இந்தியாவிற்கு வருகை புரிந்தபோது, ஷாங்ஹே வங்காளத்தில் முதன்முறையாக ஒட்டகச் சிவிங்கியைப் பார்த்திருக்கிறார். அவரால் நம்ப முடியவேயில்லை. சீன புராணங்கள் க்யுலின் என்றொரு கற்பனையான மிருகத்தைப் பற்றிக் குறிப்பிடுகின்றன.

அந்த மிருகம் சொர்க்கத்தில் வாழக்கூடியது. ஒற்றைக் கொம்புடன் யூனிகார்ன் போன்ற தோற்றம் கொண்டது. அந்த மிருகத்தைக் காண்பது புனிதமானது. கன்பூசியஸின் கூட இதைப்பற்றி மிக உயர்வாகக் குறிப்பிடுகிறார். அப்பேர்பட்ட சொர்க்கத்தில் வசிக்கும் விலங்கை நேரில் கண்ட ஷாங்ஹே ஆச்சரியம் அடைந்து, அதைத் தன்னுடைய நாட்டிற்குப் பரிசாகக் கொண்டு போக விரும்பினார்.

ஆப்ரிக்காவிலிருந்து கொண்டு வரப்பட்டது என்பதை அறிந்து ஆப்ரிக்க வணிகக் குழுவினரை அணுகி தனக்கு இரண்டு தெய்வீக விலங்குகள் வேண்டும் என்று சொல்லி, அதற்கு மாற்றாகச் சீனப்பட்டும் நிறைய விலை உயர்ந்த பரிசு பொருட்களும் தந்திருக்கிறார்.

ஆப்ரிக்காவில் இருந்து இரண்டு ஒட்டகச்சிவிங்கிகள் கொண்டு வரப்பட்டு, அவை ஷாங்ஹேவிற்குப் பரிசாகத் தரப்பட்டிருக்கின்றன. வான் உலகில் உள்ள அதிசயம் ஒன்றை சீனாவிற்குக் கொண்டு செல்வதாக மகிழ்ச்சி கொண்டு கப்பலில் அதற்குத் தனியான இடம் பாதுகாப்பு அளித்தார். அத்தோடு மன்னருக்குத் தான் சொர்க்கத் திலிருந்து ஒரு விலங்கைக் கொண்டு வருவதாக முன்கூடியே கடிதமும் அனுப்பி வைத்தார்.

அதை அறிந்த மன்னர் ஒட்டகச்சிவிங்கியை வரவேற்கத் தானே நகர வாசலுக்கு வந்து காத்திருந்தார். பல மாத காலக் கப்பல் பயணத்தில் ஒட்டகச்சிவிங்கிகள் சோர்ந்து போயிருந்தன. அதை வாசனைத் திரவியம் நிரம்பிய தண்ணீரில் குளிப்பாட்டி மன்னரின் முன்னால் கொண்டு சென்றார்கள். மன்னரால் நம்ப முடியவில்லை. இப்படியொரு விலங்கு எப்படிப் பூமிக்கு வந்தது. அதை எப்படி நமது கடலோடிகள் கொண்டுவந்தார்கள் என்று வியந்திருக்கிறார். அதை க்யூலின் என்றே அழைத்திருக்கிறார்கள்.

ஒட்டகச்சிவிங்கி சீனாவிற்குத் தன் ஆட்சிக்காலத்தில் வந்திருப்பது கடவுளின் ஆசி தனக்கு நேரடியாகக் கிடைத்திருப்பதாகவே உணர்ந்து, அதைக் கொண்டாடுவதற்கு ஏற்பாடு செய்திருக்கிறார் மன்னர். மக்கள் நீண்ட வரிசையில் நின்று அதை வேடிக்கை பார்த்திருக்கிறார்கள். இதற்காகத் தனியே ஒரு கூண்டு செய்து அதில் ஒட்டகச்சிவிங்கிகள் அடைக்கப்பட்டிருக்கின்றன.

மன்னர் ஒவ்வொரு நாளும் அதைப் பார்வையிடுவார். தேவலோகத்தில் இருந்த மிருகம் சீனா வந்துள்ள செய்தி தேசம் முழுவதும் பரவியது. அது உண்மையா இல்லையா என்ற சர்ச்சை உருவானது. அத்தோடு அதைக் காண்பதற்காகவே பயணம் மேற்கொண்டார்கள் பொதுமக்கள்.

ஒட்டகச்சிவிங்கி அதிகம் தூங்குவதில்லை. அது நாள் ஒன்றிற்கு இரண்டு மணி நேரத்திற்கும் குறைவாகத் தூங்க கூடிய மிருகம். மற்ற நேரங்களில் விழித்துக் கொண்டேதானிருக்கும். அதிலும் சில நாட்கள் ஒட்டகச்சிவிங்கி பத்து நிமிசங்கள் மட்டுமே தூங்கக் கூடியது. அது மன்னருக்கு மிகுந்த ஆச்சரியம் தந்தது. வானுலகில் இருந்து வந்த மிருகம் என்பதால் மட்டுமே அதனால் இரவில் விழித்திருக்க முடிகிறது என்று அவர் உறுதியாக நம்பினார். அத்தோடு ஒட்டகச்சிவிங்கியின் குரலும் அது அடிக்கடி தலையை உயர்த்தி வானைக் காண்பதும் அவர்கள் நம்பிக்கையை உறுதி செய்தது.

ஆனால், ஒட்டகச்சிவிங்கியை எப்படிப் பராமரிப்பது என்று மன்னருக்குத் தெரியவில்லை. அதுபோலவே அது எப்படி இனவிருத்தி செய்யும் என்பதும் அவருக்குப் புதிராக இருந்தது. இதற்காகவே அடுத்தக் கடற்பயணத்தில் ஆப்ரிக்காவில் இருந்து ஒட்டகச்சிவிங்கியின் ரகசியம் அறிந்தவர்கள் அழைத்து வரப்பட வேண்டும் என்று மன்னர் ஆணை யிட்டார்.

ஷாங்ஹே உடனே ஆப்ரிக்காவிலிருந்து கறுப்பு அடிமைகளை விலைக்கு வாங்கிவர ஏற்பாடு செய்தார். அவ்வளவு கறுப்பாக மனிதர்களைச் சீனர்கள் அதன்முன் கண்டதேயில்லை. ஆகவே சொர்க்கத்தில் இருந்து பூமிக்கு வந்த காரணத்தால் அவர்கள் கறுப்பாகிவிடுகிறார்கள் என்று நம்பத் துவங்கினார்கள்.

ஒட்டகச்சிவிங்கியை கவனிப்பதற்கு என்று தனியாக அதிகாரிகள் நியமிக்கப்பட்டார்கள். கறுப்பு அடிமைகளின் உதவியால் சில ஆண்டுகளில் ஒட்டகச்சிவிங்கி எண்ணிக்கை உயர்ந்தது. தனக்கு நெருக்கமாக உள்ள மன்னர்களுக்கு ஒட்டகச்சிவிங்கியை பரிசளிப்பதை

சீன மன்னர் பெருமையாக உணர்ந்தார். அப்படித் தான் சீனாவிற்கு ஒட்டகச்சிவிங்கி வந்தது என்று ஷாங்ஹேவின் கடற்பயணக் குறிப்புக் கூறுகிறது.

இதே 1486ம் ஆண்டு இத்தாலிய நிர்வாக அதிகாரியான பிளாரன்சோ மெடிசிக்கு பரிசாக ஒட்டகச்சிவிங்கி ஆப்ரிக்காவில் இருந்து அனுப்பப்பட்டு இத்தாலிக்கு வந்து சேர்ந்திருக்கிறது. இத்தாலிய மக்களும் சீனர்களைப் போலவே வியப்புடன் பார்த்திருக்கிறார்கள். ஆனால் ஒட்டகச்சிவிங்கிக்குச் சீனாவில் கிடைத்த தெய்வீக அடையாளம் இங்கே கிடைக்கவில்லை.

கப்பலில் சென்ற ஒட்டகச்சிவிங்கி தன் பூர்வ நினைவுகளை மறந்து ஏதேதோ தேசங்களில் இன்றும் அலைந்து கொண்டிருக்கிறது. இன்று ஒட்டகச்சிவிங்கியை கண்டு வியப்படைபவர்கள் மிகக் குறைவாகவே இருக்கிறார்கள்.

ஆனால், பல நூற்றாண்டின் முன்பாக ஒரு ஒட்டகச்சிவிங்கியின் வருகையை சீன அரசும், அதன் மக்களும் எப்படி எதிர்கொண்டிருப்பார்கள் என்று யோசிப்பதிலே எண்ணிக்கையற்ற சம்பங்வகளும், முடிவுறாத கதையும் பீரிடுகின்றன. அதுபோலவே கப்பலில் ஒட்டகச்சிவிங்கியை கொண்டுபோன நிகழ்வும் பெரிய நாவலுக்கான அடித்தளம் போலவே உள்ளது.

ஆப்கானில் இருந்து இந்தியா மீது படையெடுத்து வந்த மன்னர் தைமூர் யானைகளைக் கண்டு மயங்கி தனக்கு ஒரு யானைப் படை உருவாக்க வேண்டும் என்று நாற்பது ஐம்பது யானைகளை விலைக்கு வாங்கி ஆப்கானிஸ்தான் வரை நடத்தியே கொண்டு சென்றார். யானைகளை வளர்க்கவும், பராமரிக்கவும் முடியாமல் அவர் பட்ட சிரமங்களை வரலாற்றின் பக்கங்கள் அதிகம் விவரிக்கவில்லை. ஆனால், அது மிக விரிவான கதை.

இப்படி நம்மோடு இணைந்து வாழும் விலங்குகள், பறவைகளின் பின்னாலும் கடந்தகாலத்தின் மிச்சங்கள் ஒட்டிக் கொண்டிருக்கின்றன. நாம் பாடப்புத்தகத்தில் மட்டுமே வரலாற்றைப் படிக்கிறோம். எழுதப்படாத வரலாறு நம் வீட்டின் சமையல் அறையில், பயன்படுத்தும் பொருட்களில் நம் உடையில், நம் வீதிகளில், நம்முடைய பேச்சில், ருசியில் பழக்கவழக்கங்களில் படிந்து இருக்கின்றது. அதை மீட்டு எடுக்கவும் அறிந்து கொள்ளவும் தொடர்ந்த விருப்பமும் உழைப்பும் தேவையாக உள்ளது.

Zheng He and the Treasure Fleet by Paul Rozario. Ovp- London

## தேசாந்திரி பதிப்பகம்

**நூல் பட்டியல்**

1. தனிமையின் வீட்டிற்கு நூறு ஜன்னல்கள் (சிறுகதைகள்)
2. நாவலெனும் சிம்பொனி (கட்டுரைகள்)
3. உலகை வாசிப்போம் (உலக இலக்கிய கட்டுரைகள்)
4. எழுத்தே வாழ்க்கை (வாழ்க்கை வரலாற்று கட்டுரைகள்)
5. எலியின் பாஸ்வேர்டு (சிறார் நூல்)
6. உப பாண்டவம் (நாவல்)
7. சஞ்சாரம் (நாவல்)
8. இடக்கை (நாவல்)
9. பதின் (நாவல்)
10. தாவரங்களின் உரையாடல் (சிறுகதைகள்)
11. காண் என்றது இயற்கை (இயற்கை அறிதல்)
12. எனதருமை டால்ஸ்டாய் (உலக இலக்கியக் கட்டுரைகள்)
13. இலக்கற்ற பயணி (பயணக்கட்டுரைகள்)
14. வெயிலைக் கொண்டு வாருங்கள் (சிறுகதைகள்)
15. செகாவ் வாழ்கிறார் (வாழ்க்கை வரலாறு)
16. கோடுகள் இல்லாத வரைபடம் (கட்டுரைகள்)
17. உலக இலக்கியப்பேருரைகள் (கட்டுரைகள்)
18. கூழாங்கற்கள் பாடுகின்றன (ஜென் கவிதைகள் குறித்த கட்டுரைகள்)
19. காட்சிகளுக்கு அப்பால் (உலக சினிமா கட்டுரைகள்)
20. சிரிக்கும் வகுப்பறை (சிறார் நூல்)
21. அப்போதும் கடல் பார்த்துக் கொண்டிருந்தது (சிறுகதைகள்)
22. பதினெட்டாம் நூற்றாண்டின் மழை (சிறுகதைகள்)
23. வாக்கியங்களின் சாலை (உலக இலக்கியக் கட்டுரைகள்)
24. காந்தியோடு பேசுவேன் (சிறுகதைகள்)
25. பிகாசோவின் கோடுகள் (ஓவியக் கட்டுரைகள்)